தமிழாய்வுக் கனிகள்

முனைவர் கி. ராம்கணேஷ்

படையல்

திரு. கோவிந்தசாமி நாயுடு – திருமதி குப்புத்தாயம்மாள்
திரு. சுப்பையா நாயுடு – திருமதி துளசியம்மாள்

பொருளடக்கம்

முன்னுரை

உலகில் மனிதன் என்றொரு இனம் எப்பொழுது தோன்றியதோ, அப்பொழுதே ஆய்வும் தொடங்கிவிட்டது. மனிதனின் ஆறாவது அறிவு அவனின் சிந்தனையைத் தூண்டும் களமாகக் கால்கோளிட்டு தேடலை ஊக்குவிக்க ஆரம்பித்தது. தேடல் இல்லாத வாழ்க்கையில் இனிமை இருக்க இயலாது. அதுபோல் இலக்கியத்தின் இனிமையை உணரவும் உணர்த்தவும் ஆய்வென்பது இன்றியமையாததாக அமை-கின்றது. வாய்மொழிப் பாடல்களாக மனிதன் தன் எண்ணவோட்-டத்தைப் பதிவு செய்திருந்தாலும், எழுத்து என்றொரு ஆதாரம் எல்லாவற்றையும் மெய்ப்பிக்க உறுதுணைபுரியும் என்பதில் மாற்றுக்க-ருத்தில்லை.

சங்ககாலம் தொடங்கி தற்காலம் வரையிலும் படைப்பும் ஆய்வும் ஒரு முகத்தின் இரண்டு கண்களாய் இருவேறு காட்சிகளைப் பார்த்-துக் கொண்டுதான் வருகின்றது. பல்வேறு காலங்களில் தோன்றிய இலக்கியங்களின் ஒரு சிறு பகுதியை மட்டும் எடுத்துக் கொண்டு, ஒவ்வொரு ஆய்வுக்கட்டுரையாக, உருவாவதற்கு முயற்சி செய்ததின் பலனாக, "தமிழாய்வுக் கனிகள்" என்ற நூல் படைக்கப்பட்டுள்ளது. சங்க இலக்கியம், திணை இலக்கியம் என்பதாக நில அடிப்படையில் அமைந்தது. நிலமும் பருவப் பொழுதுகளும் இயற்கையும் இவற்றை அடிப்படையாகக் கொண்ட மனித வாழ்வும் இணைந்ததே திணை இலக்கியம். மனித உளவியலை மையமாகக் கொண்டு, அகப்புற நிகழ்ச்சிகளைக் கருவாக்கி அவற்றில் தோன்றும் சிறுசிறு நிகழ்வுக-ளைப் பின்னிப் பிணைந்தே இலக்கியங்கள் உருவெடுத்துள்ளன. சங்-ககால இலக்கியத்திற்கு மட்டுமல்லாமல் இக்காலம் வரையிலும் பழங்-கால இலக்கியத்தின் கூறுகள் ஏதேனும் ஒருவகையில் உருவாகித் திகழ்கின்றன.

மறைபொருளால் சுவை தரும் அகமும் வெளிப்படைப் பொருளால் சுவைதரும் புறமும் எல்லாக் காலங்களிலும் கவிஞனின் ஆழ்மனதில் வேர் விட்டு, செடியாகி, மரமாகி, பூவாகி, காயாகி, கனிந்து சுவைக்க இடம் கொடுக்கின்றது. வாசகர் உலகம் எனது ஆய்வில் ஏற்பட்டுள்ள நிறை குறைகளைக் கண்டறிந்து வெளிப்படுத்தும் என்ற எதிர்பார்ப்பி னோடு இக்கனியைப் படையலிடுகிறேன். காய்தல், உவத்தல் இரண்-டும் இல்லாமல் இனிமையில்லை என்பதை நன்குணர்வேன்.

இந்நூல் நல்ல வகையினில் வடிவமைப்புப் பெற்றுத் தங்களது கரங்-
களில் தவழ்ந்திட உறுதுணை புரிந்த, பேராசிரியத் தோழர் முனைவர்
க. இராஜா அவர்களுக்கும், எனக்கு அவ்வப்போது வழிகாட்டுதல்-
களை நல்கும் பேராசிரியத் தோழமைகளுக்கும் நெஞ்சம் கனிந்த
நன்றியைத் தெரிவித்துக் கொள்கிறேன்.
முனைவர் கி.ராம்கணேஷ்

1

அம்மா வந்தாள் புதினத்தில் மீறல்கள்

முன்னுரை

1966- ஆம் ஆண்டு வெளியான தி. ஜானகிராமனின் அம்மா வந்தாள் புதினம் அன்றைய காலத்தின் ஆசாரங்களைப் பின்பற்றும் அந்தணக் குடும்பமொன்றில் நடைபெறும் வித்தியாசமான வாழ்வியலை மையமாகக் கொண்டு அமைக்கப்பட்டுள்ளது. சமூக கட்டுகளை உடைத்தெறிந்து விட்டு நுட்பமான பார்வையில் எதார்த்தத்தை அப்படியே பிரதிபலிக்கும் நிலையில் புதினம் அமைந்துள்ளது. ஒளிவு மறைவின்றி கதாபாத்திரங்களின் மனநிலைகளை ஆர்ப்பாட்டமில்லாமல் விறுவிறுப்பாக பதிவு செய்துள்ளது. ஐம்பதாண்டுகளுக்கு முன்பாக இப்படியொரு புதினம் வெளிவந்திருப்பது வியப்பில் ஆழ்த்துகிறது. தி. ஜானகிராமனின் 'மோகமுள்', 'மரப்பசு' உள்ளிட்ட பிற படைப்புகளும் வேறுபட்டதொரு கதைக்களத்தைக் கொண்டு விமர்சனங்களுக்கு உள்ளாகும் நிலைகளில் அமைக்கப்பட்டிருக்கிறது.

கதைச்சுருக்கம்

அப்பு என்ற வேதம் படிக்கும் ஒருவனின் குடும்பத்தை மையமிட்டதாக புதினம் அமைந்துள்ளது. சிறுவயதில் கணவனை இழந்த பவானியம்மாள் என்பவரின் வேதபாடசாலையில் சுந்தர சாஸ்திரிகளிடம் படிக்கும் அப்பு, பதினாறு ஆண்டுகள் படிப்பு முடிந்து தன் சொந்த ஊருக்குச் செல்லத் தயாராகிறான். பவானியம்மாளின் தம்பி மகள் இந்து, தாய் தந்தையை இழந்தவள். கணவனையும் இழந்து தன் அத்தையுடன் வசித்து வருகிறாள். கல்யாணமென்றால் என்னவென்று அறியாத வயதில் அவள் வாழ்க்கை தொடங்குகிறது. சிறிது காலத்தில் கணவன் இறந்துவிட திரும்பி விடுகிறாள். நீண்ட காலத்திற்கு முன்பிருந்தே அப்புவின் மீது கொண்ட

காதலை வெளிப்படுத்துகிறாள். வேதங்களைக் கற்று பெரியாளாக வரவேண்டும் என்று நினைத்துக் கொண்டிருக்கும் அப்புவுக்கு அவள் மேல் ஆசையிருக்கிறது. இருப்பினும் வெளிக்காட்டாமல் மறுக்கிறான். இந்து ஒதுங்கிச் செல்லும் அப்புவிடம் அவன் தாயின் நடத்தையைப் பற்றிப் பேசி விடுகிறாள். கோபம் கொண்டான் அப்பு. மறுநாள் பவானியம்மாளிடம் சொல்லிக் கொண்டு ஊருக்குச் செல்கிறான். இரயில் பயணத்தில் இந்து தன் தாயைப் பற்றிச் சொன்னதைச் சிந்திக்கிறான்.

வீட்டுக்குச் சென்ற நேரத்தில் தம்பி கோபுவைப் போல் சிவசு என்ற நிலக்கிழார் அமர்ந்திக்கிறார். அப்பா தண்டபாணி, அம்மா அலங்காரத்தம்மாள் உடன்பிறப்-புகள் எல்லோரும் இருக்கிறார்கள். சில நாட்களில் சிவசு அடிக்கடி வீட்டுக்கு வருவதை அப்பு கவனிக்கிறான். இந்து சொன்னதின் உண்மை விளங்கிவிடுகிறது. அப்பா தண்டபாணியின் மேல் கோபம் வருகிறது. அவர் ஊரிலுள்ள பெரிய மனி-தர்களுக்கெல்லாம் வேதம் சொல்பவர். எதையும் கண்டுகொள்ளாமல் இருக்கிறார். கல்லூரியில் பேராசிரியர் பணியிலிருக்கும் அண்ணன் கிருஷ்ணன், எந்நேரமும் அடுக்களையில் இருக்கும் அண்ணி, தம்பிகள் கோபு, வேம்பு. தங்கை காவேரி எல்லோருடைய செயல்பாடுகளும் சிவசு நீண்ட காலமாய் வீட்டிற்கு வந்து செல்-பவர் என்பதை உணர்த்தி விடுகின்றது. மற்ற பிள்ளைகளை விட தன் மீது பாசம் வைத்திருக்கும் அம்மாவின் செயல்பாடு புதிராக இருக்கிறது. அப்புவுக்கு அங்கு இருக்கப் பிடிக்கவில்லை. ஒன்றிரண்டு மாதங்கள் கழிந்த பின்னர் பவானியம்-மாளுக்கு உடல் நிலை சரியில்லை என்ற கடிதம் கண்டவுடன் திருச்சி செல்ல பெற்றோரிடம் அனுமதி பெறுகிறான். வழியில் திருமணமாகி சேலத்தில் வசிக்கும் விசாலம் அக்காவின் வீட்டுக்குச் செல்கிறான். அங்கும் அம்மாவின் நடத்தையைப் பற்றிய செய்தியைத் தெரிந்து கொள்ள நேர்கிறது. திருச்சி சென்றவுடன் பவானி-யம்மாள் வேதப் பள்ளியை நிர்வகிக்கும் பொறுப்பை அப்புவிடமும் இந்துவிடமும் ஒப்படைக்கிறாள். சுந்தர சாஸ்திரிகள் வயோதிகம் அடைந்துவிட்டபடியால் அப்-புவை மாணவர்களுக்கு வேதம் கற்பித்துத்தரச் சொல்கிறார் பவானியம்மாள். ஒரு-நாள் அலங்காரத்தம்மாள் திருச்சி வருகிறாள். அப்புவை வீட்டுக்கு அழைக்கிறாள். அப்பு வர மறுக்கிறான். அலங்காரத்தம்மாள் தன் பாவம் தொலைய காசி செல்-வதாகக் கூறிவிட்டு இரயிலேறி சென்று விடுகிறார். இவ்வாறாக புதினம் அமைந்-துள்ளது.

அப்பு

புதினத்தின் நாயகனான அப்பு வேதம் படித்துத் தேர்ச்சி பெற்றவன். பதினாறு ஆண்டுகள் வேதத்தைக் கற்ற காலங்களில் சிலமுறை மட்டுமே பெற்றோரிடம் சென்றிருக்கிறான். காவிரிக்கரையோரமும் வேதமும் அப்புவுடன் இரண்டறக் கலந்-துவிட்ட சூழலை உணரமுடிகிறது. படிப்பு முடிந்து சொந்த வீட்டுக்குச் சென்றபோது ஒரு விருந்தாளி போல் நடத்தப்படுகிறான். விருந்தாளி போல் அப்புவும் நடந்து-

கொள்கிறான். வீட்டிற்கு சிவசு வருவது இவனுக்கு ஆரம்பத்தில் தெரியாது. இந்துவின் மூலமாக ஏற்கனவே அம்மாவைப் பற்றிக் கேள்விப்பட்டிருக்கிறான். தன் தம்பியான கோபுவைப் பார்க்கும் போது சிவசுவைப் போல் தெரிவதன் மூலம் அம்மாவின் நடத்தையை அறிந்து கொள்ள நேர்கிறது. தந்தையான தண்டபாணி ஏன் இவற்றைறெல்லாம் கண்டுகொள்ளவில்லை என எண்ணும் போது கோபம் வெளிப்படுகிறது. இருந்தாலும் தந்தையிடம் இதைப் பற்றிக் கேட்கவில்லை. ஒரேயொரு முறை மன்னியிடம் கேட்கிறான் சரியான பதில் கிடைக்கவில்லை. இந்து தன்னை விரும்புவதாகச் சொல்ல அவளை சட்டை செய்யாதவனாக இருக்கிறான். இந்துவின் மேல் அவனுக்கு உள்ள காதலை வெளிப்படுத்தவில்லை. அவள் நெருங்கி வரும்போது விலகிச் செல்பவனைப் போல் சில நேரங்களில் நடந்து கொள்கிறான். தன் மீது அன்பு வைத்திருக்கும் தாயிடம் சிவசுவைப் பற்றிக் கடைசி வரை கேட்காமலேயே விட்டுவிடுகிறான். பவானியம்மாள் வேதப்பள்ளியை நிர்வகிக்கக் கேட்கும் போது பெற்றோரின் அனுமதியைப் பெறாமலேயே ஒத்துக்கொள்கிறான்.

அலங்காரத்தம்மாள் ஊருக்குக் கிளம்பலாம் எனச் சொல்லும் போது வரமறுக்கிறான். அலங்காரத்தம்மாள் அதனாலேயே காசிக்குச் செல்வதாகக் கூறுவதை அறியமுடிகிறது. அம்மாவைத் தடுத்து நிறுத்த பெரிய முயற்சியை அப்பு எடுக்கவில்லை. அம்மாவை வழியனுப்பிவிட்டு வரும்போது இந்து அம்மாவின் அழகைப் பற்றிப் பேச, " அழகா இருந்தா. ரொம்ப கஸ்டம் இந்து" என்கிறான். காசிக்குப் போகிற அம்மாவை நினைத்து கடவுளிடம் வேண்டிக் கொள்கிறான்.

தண்டபாணி - அலங்காரத்தம்மாள்

பத்திரிகை அலுவலகமொன்றில் ப்ரூப் ரீடர் வேலை பார்க்கிறார் தண்டபாணி. அங்கு கௌரவமாக நடத்தப்படுகிறார். மாலை வேளைகளில் நீதிபதி உள்ளிட்ட பெரிய பெரிய மனிதர்கள் தரையில் அமர்ந்திருக்க இவர் இருக்கையில் இருந்து கொண்டு வேதம் சொல்லித் தருவார். அவர்களும் பயபக்தியுடன் மாணவர்கள் போல் அமர்ந்து கேட்பர். வீட்டுக்கு வந்து விட்டால் அலங்காரத்தம்மாளிடம் அப்படியே அடங்கிவிடுவார். மூன்றாவது பிள்ளையான அப்பு பிறந்ததிற்குப் பின்னர், அவர் படுக்கை வீட்டுக்குள்ளிலிருந்து மாடிக்கு மாறியது. மற்ற நான்கு பிள்ளைகளின் பிறப்பு கடவுளுக்கு மட்டும் வெளிச்சம், மற்றவர்களுக்கு இலைமறைகாய்.

அலங்காரத்தம்மாள் பேருக்குத் தகுந்தாற்போல் இருந்தார். வீட்டின் பிடி முழுவதும் அவர் வசமிருந்தது. கோயிலுக்குச் செல்லுதல், இன்னபிற ஆசாரங்கள் இருந்தாலும் சிவசு என்ற ஒரிடத்தில் சறுக்கி விடுகிறார். கணவரான தண்டபாணி உடலளவிலாவது அலங்காரத்தம்மாளைக் கட்டியாண்டுவிடுமென நினைப்பது, அலங்காரத்தம்மாளின் பெயரை " அலங்காரமாம் அலங்காரம் தேவடியாளுக்கு வைக்கிறாற்போல!" என மனதில் நினைப்பது, கடந்த காலத்தை நினைத்து ஏங்குவது வியப்பில் ஆழ்த்துகிறது. வேதம் படித்தவர், பிறருக்கு ஜாதகம் பார்த்துச்

சொல்பவர் என்ற நிலையிலிருந்தும் அடங்கியிருப்பது, தனக்கு ஜாதகத்தின் மேல் நம்பிக்கையில்லை எனச் சொல்வது அவரை விந்தையான கதாபாத்திரமாக முன்-னிறுத்துகிறது. மனைவியைக் கண்டித்ததாகவோ, வெறுப்பைக் காட்டியதாகவோ ஒரிடத்திலும் இல்லை. அதற்கான காரணம் எங்கும் வெளிப்படவில்லை.

அலங்காரத்தம்மாள் முழுமையான ஆளுமை கொண்ட பெண்ணாக விளங்கு-கிறார். அப்புவை வேதப்பள்ளியில் சேர்த்து மிகப் பெரிய கனபாடியாக உருவாக்க வேண்டும் என்ற எண்ணம் பதிந்து கிடக்கிறது. தண்டபாணி மூலமாக திருச்சியில் வேதப்பள்ளியில் சேர்க்கக் காரணமாக விளங்குகிறார். பொருளுக்காக சிவசுவிடம் பழகுவது போல் தெரியவில்லை. அப்பு வேதம் படித்து வீட்டிற்கு வந்த நாளில் அப்புவுக்கு சிவசு கொடுத்த பணத்தை ஏற்க மறுப்பதிலிருந்து தெரிய வருகிறது. எல்லோரும் விரும்பும் அழகு கொண்டவராகவே அலங்காரத்தம்மாள் படைக்கப்-பட்டிருக்கிறார். ஏழு பிள்ளைகள் பெற்றிருந்தாலும் மூன்றாவதாகப் பிறந்த அப்பு-வைக் கடைசிப் பிள்ளை எனச் சொல்வதின் மூலம் அப்புவோடு தண்டபாணியின் தந்தை நிலை நிறைவடைவதை அறிய முடிகிறது. சிறுவயது முதலே மற்ற பிள்-ளைகளிடம் காட்டாத அன்பு, அப்புவிடம் மட்டும் காட்டப்படுகிறது தன்னுடைய வேறொரு வாழ்க்கை அப்புவுக்கு மட்டும் தெரிந்து விடக் கூடாது என்பதற்காக-வும் தன் பாவம் தீர்க்கும் பிள்ளை என நினைத்து, தன் நடத்தை தெரியக்கூடாது என நினைத்ததாகத் தோன்றுகிறது. அப்பு வேதபாடசாலையை விட்டு வரமாட்-டேன் எனக் கூறும்போது, அலங்காரத்தம்மாள், " ஒண்ணு பிள்ளையோட கண் முன்னாலெ செத்துப் போகணும். இல்லேன்னா காசியிலே செத்துப் போகணும். நீ ஒண்ணுதான் என் பிள்ளைனு நினைச்சுண்டிருந்தேன். நீ ரிஷியாயிட்டே, உன் காலில் விழுந்து எல்லாத்தையும் பொசுக்கிண்டு விடலாம்னு நினைச்சேன்" எனச் சொல்வதிலிருந்து அப்புவைப் பிள்ளையாகவும் தெய்வமாகவும் பார்த்த நிலையை அறிய முடிகிறது. சிவசுவிடம் பழகுவது தவறு என்று அலங்காரத்தம்மாளுக்குத் தெரிந்திருந்தும் அதைக் கைவிடாமல் இருப்பதற்கான காரணத்தை அறியமுடிய-வில்லை.

அப்பு சென்னையிலிருந்த போது தண்டபாணி ஒரு பெண்ணைப் பார்த்து வைத்திருந்தார். அப்பெண்ணின் தாய் அவளின் தந்தையை விடுத்து சேட்டு ஒரு-வரிடம் பழகியவள் என்ற காரணத்தால் அவள் வேண்டாம் எனச் சொல்வது அலங்காரத்தம்மாளின் வேறுபட்டதொரு மனநிலையைக் காட்டுகிறது. அப்புவிடம் கணவரான தண்டபாணியைப் பற்றிச் சொல்கையில், " அது ஞான சூரியன். கரு-ணாமூர்த்தி. என்னைக் கருக்கிப் போடாம இருந்துதே இத்தனை நாளா! அதுவே பெரிசு" எனக் கூறும்போது, அப்படிப்பட்ட கணவனுக்கு ஏன் துரோகமிழைத்தார் எனச் சந்தேகம் எழுகிறது.

பவானியம்மாள்- இந்து

சிறுவயதிலேயே வாழ்விழந்த பவானியம்மாள் வேத பாடசாலை நடத்தி வரு-கிறார். தன்னைப் போன்றதொரு நிலை தன் தம்பி மகளான இந்துவிற்கு வந்த-போது வருந்துகிறார். அப்புவுக்கு இந்துவை மணமுடிக்க வேண்டும் என்ற எண்ணம் பேச்சாக வெளிப்படவில்லையென்றாலும் சிற்சில செயல்பாடுகளில் இந்துவுக்கு ஒரு துணையாக அப்பு வேண்டும் என்பது தெளிவாகிறது. இளமைக்குரிய எந்த இன்-பத்தையும் அனுபவிக்காத பவானியம்மாள், இந்துவிற்கு அப்படியொரு நிலை ஏற்-பட்டுவிடக்கூடாது என்பதில் கவனமாக இருந்ததாகத் தெரிகிறது. அப்புவும் இந்-துவும் சேர்ந்து வேதப்பள்ளியை நடத்த வேண்டும் என எழுதி வைத்ததிலிருந்து பவானியம்மாளின் எண்ணத்தை அறிய முடிகிறது.

சிறுவயதில் தான் அனுபவித்த கைம்மை நிலை இந்துவுக்கும் வந்து விடக் கூடாது என்பதில் தெளிவாய் இருப்பதை பவானியம்மாளின் செயல்பாடுகள் உணர்த்தி விடுகின்றன.. இந்துவுக்கு காதல் உள்ளிட்ட உணர்ச்சிகள் உண்டு. அப்-புவைத் தழுவிக் கொள்ளுதல், அன்பாக உரையாடுதல் போன்றவை. உணர்ச்சிக-ளின் வெளிப்பாடாக அமைகி;ன்றன. அப்பு, அம்மாவிடம் வேதப்பள்ளியை பவா-னியம்மாள் இரண்டுபேர் பெயரிலும் எழுதி வைத்திருப்பதாகக் கூறும் போது, "புருஷனும் ஒருத்தன் இருந்து பார்த்துண்டாத் தேவலைன்னு போட்டிருக்கா போலி-ருக்கு" என்ற அலங்காரத்தம்மாளின் பேச்சின் மூலம் இந்துவுக்கு அப்பு துணை-யாகிவிட்டான் என்பதை உணரலாம். பவானியம்மாள் அப்புவின் பெற்றோரிடம் பள்ளியை நிர்வகிக்க அப்பு வேண்டும் என ஏன் கேட்கவில்லை, ஒருவேளை ஒத்-துக்கொள்ள மாட்டார்களோ? என நினைத்திருக்கலாம் என எண்ணத் தோன்றுகி-றது.

அலங்காரத்தம்மாள், பவானியம்மாளிடம் என்னைக் கேட்காமல் ஏன் அப்புவை இங்கேயே தங்கவைத்துக்கொண்டீர்கள் எனக் கேட்கவில்லை. இந்துவுக்கு யார் மூலமாக அலங்காரத்தம்மாளின் நடத்தை பற்றி தெரியவந்தது என்பதற்கான பதி-லும் இல்லை.

மீறல்கள்

ஆச்சாரமான குடும்பமொன்றில் பிறந்த அலங்காரத்தம்மாள் சிவசுவிடம் பழகு-வது சரியாக இல்லை. கணவனான தண்டபாணி அதைக் கண்டுகொள்ளவில்லை. கல்லூரியில் பேராசிரியராக இருக்கும் மூத்தமகன் உள்ளிட்ட பிள்ளைகள் யாரும் சிவசு வருகைக்கு எதிர்ப்புக் காட்டாமல் இருப்பது வேடிக்கையாக இருக்கிறது. அப்புவிடம் இருந்த துடிப்பு மற்றவர்களுக்கு இல்லை. தண்டபாணியின் மனதில் சிவசுவின் மீதும் அலங்காரத்தம்மாளின் மீதும் இருக்கும் கோபம் அவர் மனதில் மட்டுமே உள்ளது. வேறொரு வீட்டிற்கு திருமணமாகிச் சென்ற மகள் விசாலத்திடம் மட்டும் வெளிப்படையாக அலங்காரத்தம்மாளின் நடத்தை பேசப்படுகிறது. அதனால் தாய் வீட்டை மறந்து தன் கணவன் வீட்டிலேயே இருக்கிறாள் என்பதை

அறியமுடிகிறது. தன்னைப் போன்று தவறு செய்த ஒருத்தியின் மகளை அப்பு-வுக்கு வேண்டாம் எனச் சொல்வது அலங்காரத்தம்மாளின் பிறழ்மனதைக் காட்-டுகிறது. புதினத்தில் வரும் பெரும்பான்மையான கதாப்பாத்திரங்கள் கோபங்களை தங்களுக்குள்ளேயே வைத்திருக்கிறார்கள். பிறரிடம் ஏன்? எதற்கு? எப்படி? எனக் காரணங்கள் கேட்காதவர்களாகவே படைக்கப்பட்டுள்ளார்கள்.

பத்தினிகள், சீதை, கண்ணகி, கற்பு எனப் பேசப்பட்ட காலத்தில் பெண்ணொ-ருத்தியின் இச்செயல்பாடு மரபு மீறலின் வெளிப்பாடாக அமைந்திருக்கிறது. ஓர் ஆண் இரண்டு பெண்களை மணப்பதும், பல பெண்களிடம் தன் பாலியல் தேவை-களைப் பூர்த்தி செய்து கொள்வதும் தவறு என வெளிப்படையாகப் பேசப்படாத காலகட்டத்தில், கணவனைத் தவிர மற்ற ஆண்களை பெண்கள் நிமிர்ந்து பார்க்கக் கூடாது எனச் சொல்லப்பட்ட காலத்தில் அலங்காரத்தம்மாள் போன்ற பெண்கள் இருந்திருக்கிறார்கள் என்பதே புதினம் பரவலாக விமர்சனத்துக்கு உள்ளானதற்குக் காரணமாகிறது.

அலங்காரத்தம்மாளைப் போல் ஓர் ஆண் இருந்திருந்தால் இப்புதினம் பேசப்-பட்டிருக்காது. தவறான நடத்தை கொண்டவராக அலங்காரத்தம்மாள் இருந்தாலும் குடும்பத்தை விட்டு வேறெங்கும் செல்லவில்லை. குடும்பத்தின் பிடி அவர் கையில் இருந்தது. அப்புவை வேதம் படிக்க வைக்காமல் வேறு ஏதேனும் படிக்க வைத்-துவிட்டு தன்னருகில் அலங்காரத்தம்மாள் வைத்திருந்தால் அப்புவுக்கு சிவசு மீது வெறுப்பு ஏற்பட்டிருக்காது என்பது புலனாகிறது.

முடிவுரை

அலங்காரத்தம்மாளின் நடத்தையே புதினத்தின் மையக்கருவாக உள்ளது. சமூ-கத்தில் இது போன்ற நிலை அக்காலத்தில் இருந்திருப்பதாகச் சொல்லப்பட்டிருப்-பது உண்மையின் வெளிப்பாடு என்பதை தி. ஜானகிராமனின் படைப்பின் வழியாக உணர முடிகிறது. கதாப்பாத்திரங்களின் மனநிலைகள் வாசகர்களை பல இடங்க-ளில் சிந்திக்க வைக்கிறது.

2

இலக்கியங்களில் அறிவியல் மேம்பாட்டுச் சிந்தனைகள்

உலகில் வாழும் உயிரினங்களுள் அதிக சிந்தனை கொண்ட உயிரினமாகக் கரு‌தப்படுவது மனிதஇனம். தனது ஆறாவது அறிவைப் பயன்படுத்தி தங்களுடைய வாழ்க்கை மேம்பட எத்தனையோ கண்டுபிடிப்புகளை நிகழ்த்தியுள்ளதை நாம் அறிந்துள்ளோம். புதியன பற்றிச் சிந்திக்கும் சிந்தனையே அறிவியல் பற்றிய எண்ணத்தை ஏற்படுத்துகிறது. இன்றைய காலம் முழுக்க முழுக்க அறிவியலால் சுழன்று கொண்டிருப்பது எவராலும் மறுக்க முடியாத உண்மை. ஆயினும் அதற்‌கான வித்து, நம் முன்னோர்களிடம் இருந்துள்ளது என்பதை இலக்கியக்கண் கொண்டு பார்க்கும்போது புலப்படும். அவ்வகையில் இலக்கியங்களில் இடம்பெற்‌றுள்ள அறிவியல் மேம்பாட்டுச் சிந்தனைகளைப் பற்றி ஆராய்வதாக இக்கட்டுரை அமைகிறது.

உலகம்

ஐம்பூதங்களில் ஒன்றான வானமானது அதிக அளவில் கற்பனைக்கான பாடு‌பொருளாக இருந்துள்ளது. எனினும் நிலவுலகில் வாழ்ந்த ஆன்றோர் வானத்தில் நிகழும் மாற்றங்களை ஆராய்ந்து பதிவு செய்துள்ளனர். நிலவுலகம் வானிலிருந்து சிதறி வீழ்ந்த நெருப்புக்கோளத்தின் ஒரு சிறிய குளிர்ந்து இறுகிய பகுதி என்பர். உலகமானது உருண்டை வடிவம் கொண்டதென்பதை அறிவியல் அறிஞர்கள் கண்டு கூறுவதற்கு எத்தனையோ நூற்றாண்டுகளுக்கு முன்பாகவே சைவசமயக் குரவர்களுள் ஒருவரான மாணிக்கவாசகர் சிவனின் சிறப்புகளைப் பாடும் திருவா-

சகத்தில் பாடியுள்ளார். மேலும் அண்டம் என்றும் உலகம் என்றும் சொல்லப்படு-பவை ஒன்றல்ல, அவை கணக்கற்றுக் கிடக்கின்றன என்ற செய்தியையும் பதிவு செய்துள்ளார்.

" அண்டப் பகுதியி லுண்டைப் பிறக்க
மளப்பருந் தன்மை வளப்பெருங்காட்சி"

- திருவாசகம்

இவ்வுலகம் பேரண்டத்தின் ஒரு கோள் என்பதையும் பெருவெடிப்புக் கொள்-கையின்படி இப்பேரண்டம் விரிவடைந்து கிடப்பதையும் இதன்வழி அறியமுடிகிறது.

ஞாயிறானது வெம்மை கொண்டது. அக்காரணத்தினால் செம்மை நிறமாகக் காட்சியளிக்கிறது. ஆதலால், 'செஞ்ஞாயிறு' எனச் சொல்லப்படுகிறது. மேலும் ஞாயிறு செல்லும் வழியும் அதன் இயக்கமும், இயக்கம் சூழ்ந்த வட்டமும், காற்று இயங்கும் திசையும் எவ்விதப் பிடிப்பும் இல்லாமல் அமைந்து வானம் விளங்கு-வதை,

" செஞ்ஞாயிற்றுச் செலவும், அஞ்ஞாயிற்றுப்
பிரிப்பும், பரிப்புச் சூழ்ந்தமண் டிலமும்
வளிதிரிதரு திசையும்,
வறிதுநிலைஇய காயமும் என்றுஇவை..."

- (புறநானூறு)

என்ற பாடலில் அறியலாம். இதில் ஞாயிறு சுழலுதலும், உலகின் இயக்கமும், பற்றுக்கோடற்று வானம் விளங்குவதும் சொல்லப்பட்டுள்ளது.

அளவியல்

ஒரு பொருளை அளவீடு செய்வற்கு அளவைக் கருவிகள் பயன்படுகின்றன. திரவப் பொருள்கள் லிட்டர், மி.லி போன்ற அளவைகளிலும், திடப் பொருள்கள் கிலோ, கிராம் உள்ளிட்ட அளவைகளிலும் மதிப்பீடு செய்யப்படுகின்றன. கடலி-லுள்ள நீரை ஒரு நாழியளவுள்ள படியைக் கொண்டு, முழுகும்படி அழுத்தி மொண்டாலும் நான்கு படி நீரை ஒரு படி மொள்ளாது என்பதை,

" ஆழ அழுக்கி முகக்கினும் ஆழ்கடனீர்
நாழி முகவாது நானாழி..."

- (மூதுரை)

என்ற பாடலின் மூலம் ஒளவையார் குறிப்பிட்டுள்ளார். இக்கருத்து இன்றைய காலத்தில் ஆய்வின் மூலமாக ஏற்கப்பட்டுள்ளது.

நீரியல்

'மாரியல்லது காரியமில்லை' என்பது பழமொழி. மழையின்றேல் இவ்வுலகம் வாழ்வதற்கான இடமாக இராது. 'நீரின்றி அமையாது உலகு' என்பதை அனை-வரும் அறிவர். உயிர்களின் வாழ்வில் அமுதமாக விளங்கும் நீரானது மழையின்

மூலமாகவே பெறப்படுகிறது. பூமியை வளமோடு செயல்படச் செய்யும் மழை எவ்-விதம் உருவாகிறது என்பதை நம் முன்னோர்கள் அறிந்து இலக்கியங்களில் குறிப்-பிட்டுள்ளனர். மேகமானது கடல் நீரை முகந்து கொண்டு வானிற்குச் சென்று மழையைப் பெய்விக்கிறது என்பதை,

"நிறைகடல் முகந்துராய் நிறைந்துநீர் துளும்புந்தம்
பொறைதவிர் பசைவிடப் பொழிந்தன்று வானம்..."

- (பரிபாடல்)

கடல் நீரை சுமந்து கொண்டு மேலே சென்ற மேகங்கள் அந்த பாரத்தைத் தாங்க முடியாமல், களைப்பாற நினைத்து பெருமழையைப் பொழிந்தன எனக் கூறப்பட்டுள்ளது.

நாலாயிரத் திவ்வியப் பிரபந்தத்தில் மழைப் பொழிவின் காரணம் கூறப்பட்டுள்-ளதை,

" சலம் கொண்டு கிளர்ந்து எழுந்த தண் முகில்காள்..."

- (நாலாயிரத் திவ்வியப் பிரபந்தம்)

என்ற பாடலடி குறிப்பிட்டுள்ளது.

" ஆழி மழைக் கண்ணா! ஒன்று நீ கை கரவேல்,
ஆழியுள் புக்கு, முகந்து கொடு ஆர்த்தேறி,
ஊழி முதல்வன் உருவம் போல் மெய் கறுத்து,
பாழியந் தோளுடைய பத்நாபன் கையில்
ஆழி போல் மின்னி வலம்புரி போல் நின்று அதிர்ந்து,
தாழாதே சார்ங்கம் உதைத்த சரமழை போல்
வாழ உலகினில் செய்திடாய் ! நாங்களும்
மார்கழி நீராட மகிழ்ந்து- ஏலோர் எம்பாவாய்!

- (நாலாயிரத் திவ்வியப் பிரபந்தம்)

மழைக்குக் கடவுளான வருணதேவன் கடலின் ஆழத்திற்குச் சென்று நீரை முகந்து வந்து, வானவெளியில் பரவி, திருமாலின் கருநிற திருமேனி போல் மேக-மாய் விளங்கி, சக்கராயுதத்தைப்போல் ஒளியுடனும் (மின்னல்), வலம்புரிச் சங்-கினைப் போல் முழக்கத்துடனும் (இடி) சார்ங்கம் என்னும் வில்லிலிருந்து பாயும் அம்புமழை போல் பெய்ய வேண்டும் அப்போதுதான் உலகம் சிறப்படையும் என்-பதை மேற்கண்ட ஆண்டாளின் பாடல் உணர்த்தியுள்ளது. அறிவியல் ஆய்வுக்கு இக்கருத்து மிகப்பெரும் களனாக அமைந்துள்ளது.

பயணம்

பயணம் மூன்று வழிகளில் நிகழும். 1. நிலவழிப் பயணம் 2. நீர்வழிப் பயணம் 3. வான்வழிப் பயணம். இம்மூன்றில் முதல் பயணத்தில் பேருந்து, மகிழுந்து உள்-ளிட்ட வாகனங்களும், நீர் வழிப் பயணத்தில் கப்பல் முதலியவையும், வான்வழிப்-

பயணத்தில் விமானம் முதலிய ஊர்திகளும் குறிப்பிடத்தக்கனவாகும். இதில் நடந்து செல்லும் பயணம் ஒன்றைத்தவிர மற்ற பயணங்கள் அனைத்தும் அறிவியல் கண்-டுபிடிப்புகளால் உருவானவை ஆகும். இதில் வான்வழிப் பயணம் குறித்த செய்தி-கள் இலக்கியங்களில் காணக்கிடைக்கின்றன.

சீவகசிந்தாமணிக் காப்பியத்தில் மன்னன் சச்சந்தன் தன் மனைவியான விச-யையை எதிரிகளிடமிருந்து காப்பாற்ற மயிற்பொறி ஒன்றை தொழில்வல்லுநர்கள் மூலமாக உருவாக்கி, அதைப் பயன்படுத்தும் முறையை விசயைக்குக் கற்றுக் கொடுத்தான் என்பதை,

" ஆடு இயல் மாமயில் ஊர்தியை அவ்வழி

மாடமும் காவும் மடுத்து ஓர்சில்நாள் செலப்

பாடலின் மேன் மேல் பயப்பயத்தான் துரந்து

ஓடமுறுக்கி உணர்ந்த உணர்ந்தான்"

- (சீவகசிந்தாமணி)

என்ற பாடல் குறிப்பிட்டுள்ளது. இன்றைய காலத்தில் வானில் செல்லும் விமா-னம் உள்ளிட்ட ஊர்திகளுக்கு முன்னோடியாக மயிற்பொறியைக் குறிப்பிடலாம்.

வால்நட்சத்திரம்

வானில் தோன்றக்கூடிய வால்நட்சத்திரம் பூமியில் வாழ்பவர்களுக்கு தீமையைத் தரக்கூடியது என்பதை அக்காலத்தினர் நன்கு அறிந்திருந்தனர். அறிவியல் அடிப்-படையில் வானில் ஏற்படக்கூடிய வால்நட்சத்திரம் உயிர்களுக்குத் தீங்கினைத் தரு-வதாகக் கருதப்பட்டது. தூமகேது, புகைக்கொடி ஆகிய பெயர்களில் இலக்கியங்க-ளில் குறிக்கப்பட்டுள்ளன.

" தூம கேது புவிக்கெனத் தோன்றிய

வாம மேகலை மங்கைய ரால்வரும்

காம மில்லை யெனிற்கடுங் கேடெனும்

நாம மில்லை நரகமு மில்லையே"

- (கம்பராமாயணம்)

அரசாட்சியைப் பெறவிருக்கும் இராமனுக்கு உறுதிப்பொருளைக் கூறும் வசிட்-டர், அரசாளுபவனுக்கு பெண்ணாசை கூடாது என்பதைக் குறிப்பிட்டுள்ளார். இப்-பாடலில் வால்நட்சத்திரம் தீயபெண்களுக்கு உவமையாகக் கூறப்பட்டுள்ளது.

" மைம்மீன் புகையினும், தூமம் தோன்றினும்

தென்திசை மருங்கின் வெள்ளி ஓடினும்"

- (புறநானூறு)

" கரியவன் புகையினும், புகைக்கொடி தோன்றினும்

விரி கதிர் வெள்ளி தென் புலம் படரினும்"

- (சிலப்பதிகாரம்)

கரிய கோளாகிய சனிமீன் புகைந்தாலும், வால்நட்சத்திரம் தோன்றினாலும், தென்திசைப் பக்கமாக வெள்ளிமீன் சென்றாலும் புவிக்கு ஆபத்து ஏற்படும் என்பதை மேற்கண்ட புறநானூற்றுப் பாடலடிகளும், சிலப்பதிகாரப் பாடலடிகளும் விளக்கியுள்ளன. இன்றைய காலத்தில் பல்வேறு அறிவியல் கருவிகளின் வாயிலாக வானில் ஏற்படும் மாற்றங்களை விஞ்ஞானிகள் ஆராய்ந்து வெளிப்படுத்துகின்றனர். அன்றைய காலத்தில் நம் சான்றோர்கள் இவற்றையெல்லாம் எவ்வாறு கண்டறிந்தனர் என்பதை நோக்க மேலும் பல்வேறு ஆய்வுகள் தேவைப்படுகின்றன.

சேமஅச்சு

கடையெழு வள்ளல்களுள் ஒருவனாகத் திகழ்ந்தவன் அதியமான் நெடுமானஞ்சி. ஏனைய வள்ளல்களைக் காட்டிலும் தமிழுக்காக வாழ்ந்த ஒளவை நீண்டகாலம் வாழ வேண்டும் என்பதற்காகத் தனக்குக் கிடைத்த அருநெல்லிக்கனியை கொடுத்துச் சிறப்படைந்தவன். ஆண், பெண் நட்பிற்கு எடுத்துக்காட்டாக விளங்குபவர்கள் பட்டியலில் அதியமானுக்கும் ஒளவைக்கும் தமிழ்கூறு நல்லுலகம் உள்ளளவும் முதன்மையிடமுண்டு. ஒளவையார் இயற்றிய பாடல்களாக புறநானூற்றில் முப்பத்துமூன்று பாடல்கள் இடம்பெற்றுள்ளன. அவற்றுள் இருபத்துஇரண்டு பாடல்கள் அதியமானைப்பற்றியும் மூன்று பாடல்கள் அதியமானின் மகனாகிய பொகுட்டெழினி பற்றியதாகவும் காணப்படுகின்றன.

ஒளவையார் அதியமானின் ஆற்றலை அருகிருந்து பார்த்துப் பாடல்கள் பலவற்றைப் படைத்துள்ளதைப் போன்று பொகுட்டெழினியின் சிறப்பையும் சில பாடல்களில் பாடியுள்ளார். அதில் ஒரு பாடலொன்றில் நயமான உவமையொன்று காட்டப்பட்டுள்ளது.

"எருதே இளைய; நுகம் உண ராவே;
சகடம் பண்டம் பெரிதுபெய் தன்றே,
அவல் இழியினும், மிசைஎறினும்,
அவணது அறியுநர் யார்? என, உமணர்
கீழ்மரத்து யாத்த சேமஅச்சு அன்ன…"
- (புறநானூறு)

"தாயைப்போல பிள்ளை; நூலைப்போல சேலை" என்ற பழமொழிக்கேற்ப அதியமானைப் போன்ற சிறப்பு பொகுட்டெழினிக்கும் உண்டு என்பதைப் பாடல் உணர்த்துகிறது. வண்டியின் அச்சு உடைந்தால், சேம அச்சு உதவுவது போன்று அதியமானுக்குப் பிறகு பொகுட்டெழினி திகழ்வான் என்பதைப் பாடல் உரைக்கின்றது. இன்றைய காலத்தில் மகிழுந்து, சரக்குந்து போன்றவற்றில் நெடுந்தொலைவு பயணம் செல்பவர்கள், சக்கரம் பழுதானால் அதற்காக சேமச்சக்கரம்(ஞுவநிநெல) கொண்டு செல்வதை இப்பாடல் நினைவூட்டுகிறது. சங்ககால மக்களின் முன்யோசனைத் திறத்தினையும் அறிவியல் திறத்தினையும் பாடலின் வழி அறியமுடிகிறது.

முடிவுரை

அறிவியல் என்பது மனித அறிவின் முதிர்ந்த நிலை என்பதையும், புதிய புதிய சிந்தனைகள் தோன்றி மனிதஇனம் நாளுக்கு நாள் சிறப்புப்பெற்று விளங்குவ-தையும் நோக்கும்; போது, அதற்கான காரணங்கள் முன்னோர் அறிவுத்திறனின் வெளிப்பாடு என்பதை இலக்கியங்களின் வழி உணரமுடிகிறது. மேலும் இலக்கியங்-களை முழுமையாக ஆராய்ந்தால் இன்னும் பல கண்டுபிடிப்புகளை முன்னோர்க-ளின் வழிகளில் கண்டறியலாம் என்பதையும் இக்கட்டுரை சுட்டுகிறது.

குறிப்புதவி நூல்கள்

1. திருவாசகம்- ஸ்ரீமத் சுவாமி சித்பவானந்தர் உரை

2. புறநானூறு- புலியூர்க்கேசிகன் உரை

3. கம்பராமாயணம்- அ. மாணிக்கனார் உரை

4. நாலாயிரத் திவ்வியப் பிரபந்தம்- இரா.வ. கமலக்கண்ணன் உரை

5. சிலப்பதிகாரம்- ம. பொ.சிவஞானம் உரை

6. சீவகசிந்தாமணி- ஜெ. ஸ்ரீசந்திரன் உரை

7. மூதுரை- துரை- தண்டபாணி உரை

8. பரிபாடல்- புலியூர்க்கேசிகன் உரை

3

ஹைக்கூ கவிதை

உலகில் தோன்றிய உயிரினங்களில் தன் சிந்தனையை வெளிப்படுத்தும் திறன் பெற்ற இனமாக மனித இனம் திகழ்கிறது. சிந்தனையின் பரிணாமமாக, சங்ககாலம் தொடங்கி இக்காலம் வரையிலும் மனிதனின் எண்ணவோட்டங்கள் கவிதைச் சிற-குகளை விரித்து வானவெளியில் உலவி வருகின்றன. கருத்துக்களை விதைக்கும் கவிதை மனிதனுக்குள் ஆழமாகப் பதிந்து ஆலமரம் போல் கிளை பரப்பி வளர்ந்து நிற்கின்றது. பழங்காலத்தில் நாட்டுப்புறங்களில் வாய்மொழி இலக்கியமாக விளங்-கிய கவிதைகள், வளம் பெற்று அந்தந்த காலத்திற்குத் தேவையான பாடுபொ-ருள்களைத் தாங்கி சங்க இலக்கியம், நீதி இலக்கியம், காப்பிய இலக்கியம், பக்தி இலக்கியம், சிற்றிலக்கியம் எனப் பரவி வளர்ந்து புதுக்கவிதை, ஹைக்கூ கவிதை எனப் பலவாறு பரந்து விரிந்து சமூகத்துக்கான தனது பங்களிப்பினை இலக்கியங்-கள் செய்து வருகின்றன. காலமாற்றங்களுக்குகேற்ப இலக்கியங்கள் மாறுதல்களை-யும் புதுமைகளையும் மறுமலர்ச்சியையும் பெற்று உருவாகியுள்ளன.

இலக்கணவிதிகளுக்குக் கட்டுப்பட்டு எழுதப்பட்ட கவிதைகள், மக்களிடையே கருத்துகளைப்பரப்ப, இலக்கணத் தளைகளிலிருந்து விலகி புதுக்கவிதை என்னும் முறையில் படித்தவனுக்கும் பாமரனுக்கும் புரியும் வகையில் வலம் வந்தது. அதன்பி;ன்ர் புதுக்கவிதையிலிருந்தும் மாறுபட்டதொரு வடிவத்தைத் தாங்கி ஹைக்கூ, லிமரைக்கூ, சென்ரியூ, குக்கூ ஆகிய வடிவங்களில் நவீன காலத்தின் தேவையினைக் கருத்தில் கொண்டு புத்திலக்கியங்களாக மறுமலர்ச்சியடைந்-துள்ளன.

ஹைக்கூ

"பழையன கழிதலும், புதியன புகுதலும் வழுவல" என்னும் அடிப்படையில் தமிழ் இலக்கியமானது, மேலைநாடுகளிலிருந்து சிறுகதையையும் புதினத்தையும் ஏற்றுக்கொண்டு வளர்ச்சியடைந்ததைப் போல் கீழைநாடுகளிலிருந்து பெற்ற இலக்-

கியவகையாக ஹைக்கூ விளங்குகின்றது. ஹைக்கூ கவிதையின் தாயகமாக ஜப்-பான் திகழ்கின்றது. எனினும், " பாரத பௌத்த சிந்தனையில் அரும்பிச் சீனத்-துப் பண்பாட்டில் போதாகிச் சப்பானிய அழகுப் பார்வையில் மலர்ந்து மணம் வீசுவது ஹைக்கூ" என்பதை நெல்லை சு. முத்து குறிப்பிடுகிறார். " உலகக் கவிதை வடிவங்களிலேயே எனக்கு மிகவும் பிடித்தது ஹைக்கூதான்" என்கிறார் கவிக்கோ அப்துல்ரகுமான். இவ்வாறாகப் பலராலும் உச்சிமேல் வைத்துப் போற்-றப்படும் இலக்கிய வகையாக ஹைக்கூ விளங்குகின்றது.

" சீராக, எளிமையாக, சரளமாகக் கவிதை புனையும் கலையின் வெற்றி ஹைக்கூ" என்றும், ஹைக்கூ என்பது கவிதையன்று; இலக்கியமுமன்று; நுண்-மையை - பருமையை, தனியினை- பொதுவினை என்றும் முனைவர் தி. லீலாவதி விளக்கம் அளித்துள்ளார். ஹைக்கூவின் ஆதிப்பெயர்,'ஹொக்கூ' என்பதாகும். 'ஹைக்கூ' என்பதை 'ஹைகூ' எனக் குறிப்பிடும் வழக்கமும் உண்டு. மேலும், "வாமனக் கவிதை, மினிப்பா, குறும்பா, மின்மினிக் கவிதை, துளிப்பா, சிந்தர், நறுக்கவிதைகள்" எனப் பல பெயர்களில் ஹைக்கூ அழைக்கப்படுகிறது.

ஹைக்கூ கவிதைகளை தமிழுக்கு அறிமுகப்படுத்தியவர்களாக பாரதியாரையும் பாரதிதாசனையும் குறிப்பிடுகின்றனர். பாரதியார் 'ஹொக்கு' என தான் எழுதிய கட்டுரை ஒன்றில் குறிப்பிட்டுள்ளார். நம் மனதில் எழுகின்ற எண்ணங்களை சிறு சிறு வார்த்தைகளில் ஒன்றிணைத்து வெளிக்காட்டுவதாக இதனைக் குறிப்பிட-லாம். நன்னூல் குறிப்பிடும் நூலிற்குரிய பத்து அழகுகளில், " சுருங்கச் சொல்லல், விளங்கவைத்தல்" இவற்றை ஹைக்கூவின் தன்மைகளில் அடக்கலாம். திருக்கு-றளை ஹைக்கூவின் முன்னோடி எனக் கூறினாலும் சாலப் பொருந்தும்.

ஹைக்கூ- பெயர் விளக்கம்

ஹைக்கூ என்பதை ஜக்கூ எனக் குறிப்பிட்டு, ஜஉகூஸ்ரீ ஜக்கூ; ஜஸ்ரீ கடுகு; கூஸ்ரீ உலகம். கடுகுபோல் சிறிய கவிதை வடிவில் உலகளாவிய கருத்துகளைச் செறிவுடன் செறித்து வைக்கச் செப்பு போல் இடந்தரும் கவிதை வடிவே ஜக்கூ என்றும் பொருள் கூறுவர். 'கவிஞன் தன்னுடைய எண்ணத்தை நேராக வெளியிட வேண்டும்: வீணான சொற்சேர்க்கை கூடாது' என்னும் ஜப்;பானியப் புலவர்களின் சிந்தனை மூன்று வரிகளையுடைய ஹைக்கூவும், ஐந்து வரிகளுடைய டான்காவும் தோன்றக் காரணமாயின என்பர். ஜப்பான் நாட்டில் ஒன்ஜி கவிதைகள் என்ற-ழைக்கப்படும் கவிதை வகையே ஹைக்கூ என்கின்றனர்.

காலந்தோறும் தோன்றும் இலக்கிய வகையில் ஹைக்கூ அதன் எல்லைகளைக் கடந்து உலா வருவதற்குக் காரணம் அதன் உருவம் எனலாம். திருக்குறள் இரண்-டடிகளால் உருவானதைப் போன்று, ஹைக்கூ மூன்றடிகளைக் கொண்டிருக்க வேண்டும் எனக் கூறப்பட்டது. மூன்றடிகளும் முறையே, முதல் அடியில் 5-

அசைகளும் இரண்டாவது அடியில் 7- அசைகளும் மூன்றாவது அடியில் 5- அசைகள் ஆக 17 அசைகளில் அமைந்திருக்க வேண்டும்; மூன்றாவது அடி ஒரு திருப்பத்தினைக் கொண்டிருக்க வேண்டும் என்னும் வரையறை கொண்டதா- கக் கூறப்பட்டது. சுருங்கக் கூறின் முதல் இரு அடிகள் ஒன்றுக்கொன்று தொடர்- பற்றும், மூன்றாம் அடி இவற்றை ஒன்றிணைத்து ஒரு புதிய பொருளைத் தரும் விதத்திலும் அமையும் எனக் கொள்ளலாம் என்பர். " முதலடியானது சாட்டை- யைக் கையில் எடுக்கும் அமைதியுடனும், இரண்டாவது அடி அதை ஓங்கும் நிதானத்துடனும், மூன்றாவது அடி சுழற்றி வீசிய அடிக்கனத்துடனும் தெறிப்பாக அமையவேண்டும்" என நெல்லை சு. முத்து குறிப்பிட்டுள்ளார்.

ஹைக்கூ நால்வர்

ஹைக்கூ கவிதைகளில் ஆய்வு மேற்கொண்ட நிர்மலா சுரேஷ் அவர்கள், " மாரிடாகே (1473- 1549), சோகன் (1465 -1553) " ஆகிய இருவரை ஹைக்கூவின் முன்னோடிகள் எனக் கூறலாம் என்கிறார். ஆயினும் ஜப்பானியக் கவிஞர்களான மாத்சுயு பாஷோ(1644- 1694), யோசா பூசன் (1716- 1784), கோபாயாஷி ஐசா(1765 -1826), மாசாகோ ஷிகி (1867 — 1902) ஆகி- யோர் ஹைக்கூ பாதையில் திசைகாட்டிகள், மூலவர் எனப்பட்டனர் . இவர்க- ளில் மாத்சுயு பாஷோ, பாஷோ என்றழைக்கப்பட்டார். பாஷோவை 'ஹைக்கூ- வின் ஆதிகவி'இ ' மகத்தான ஹைக்கூ ஆசிரியர்', 'ஹைக்கூ முதல்வர்' எனப் பாராட்டிக் கூறுவர். ஜப்பானிய அரண்மனைவாசிகளின் சொல்லலங்கார விளை- யாட்டிலிருந்து தோன்றியதே ஹைக்கூ என்கின்றனர்.

" தோட்டத்தைப் பெருக்குகையில்
பனியை மறந்தது
துடைப்பம் "
- (பாஷோ)
மேற்கண்ட கவிதை பாஷோவின் கலையழகினை எடுத்துக்காட்டியுள்ளது.

" பாலமில்லை
கதிரவன் மறையத் தயார்...
வசந்த கால மழைநீர்"
(பூசன்)

இருட்டினில் ஆற்றை எப்படிக் கடப்பது என்னும் சிக்கலை கவிதை மென்மை- யாக வெளிப்படுத்தியுள்ளது.

" அரிசியைத் தூவினேன்
இதுவும் ஒரு பாபம்தான்
கோழிகளுக்குள் சண்டை"
- (ஐசா)

நடப்பியலை எதார்த்தமான முறையினில் மேற்கண்ட ஹைக்கூ வெளிப்படுத்தி-யுள்ளது.

" மகத்தான புத்தர்

தோள் வழியாகப்

பனி உருகும்"

- (ஷிகி)

என்னும் இக்கவிதை மிகப்புகழ் பெற்றது. கல்லில் அமையும் இயல்பான லிங்-கத்தை வழிபடும் வழக்கம் நம் தமிழ்நாட்டில் உள்ளது போலவே, பனிக்கட்டியில் அமையும் புத்தர் வடிவத்தை ஜப்பானியர் வணங்குதல் உண்டு. ஆனால் பனியுரு-கியோட, இறுதியில் வடிவம் கரைய ஒன்றுமில்லாமையைக் கண்டு, "ஆ! இவரே உண்மையான புத்தர்" என்று கூறும் 'சென்', தன்னை இழந்த தன்மையே, இதயத்-தின் புத்த நிலை என்று வலியுறுத்தும். அந்தச் சிந்தனையின் விளைவைத்தான் இக்கவிதை குறிப்பதாக நிர்மலா சுரேஷ் விளக்கியுள்ளார். ஹைக்கூவை சென் துறவிகள் தோற்றுவித்தனர் என்பர். மேலும் இக்கவிதைகள் முதலில் விடுகதை போலவும், வினா-விடை போலவும் தோன்றின. ஹைக்கூவின் புறவடிவம், உள்-ளுருவக் கோட்பாடு ஆகியவற்றின் அடிப்படையில் நோக்கினால் தமிழ்ச் சித்தர்க-ளுக்கும் சென் துறவிகளுக்குமிடையே கருத்து ஒற்றுமை மிக்கிருத்தல் புலப்படுவ-தைக் காணலாம்.

தமிழில் ஐங்குறுநூற்றுப் பாடல்கள் போன்று, ஹைக்கூவிலும் ஒருபொருள் மேல் பத்துப்பாடல்களை முன்பின்னாக அடுக்கிப்பாடும் முறை உண்டு. இத்தகைய ஹைக்கூத் தொடராக்கங்களைப் பாடுவதில் ' ஷிகி' கைதேர்ந்தவர் என்கின்றனர்.

சென்- ஹைக்கூப் படைப்பாக்கத்தில் தனிமை (ளூடவைரனந), தானருந்த நிலை (ளூநடகடநளள்நெள), முரண்கள் (ஊழவெசரனநைநவழைநெ), பேச்-சற்ற மௌனம் (றுழசடநடநளள்நெள) போன்ற மனநிலைகள் முதன்மைப்-டுத்தப்படும் என்பர்.

தமிழகத்தில் ஹைக்கூ

மகாகவி பாரதியார் வால்ட்விட்மனின் செறிவான வசன கவிதைகளை ஏற்று தமிழில் சோதனை முயற்சிகளை செய்து பார்த்த காலகட்டத்தில், இருபதாம் நூற்றாண்டின் தொடக்கத்தில் 'மாடர்ன் லிவ்யூ' என்ற கல்கத்தாப் பத்திரிகையில் 'உயோனே நோகுச்சி' எனும் ஜப்பானியர் எழுதிய கடிதத்தின் அடிப்படையில் பார-தியார் எழுதிய 'ஜப்பானியக் கவிதை' எனும் கட்டுரை சுதேசமித்திரன் இதழில் 1916- ஆம் ஆண்டு ஹைக்கூவின் முதலாவது தமிழ் அறிமுகமாக வெளிவந்தது.

ஹைக்கூ, தமிழில் பாரதியாரால் அறிமுகமாகி, சுஜாதா, தமிழ்நாடன், லீலாவதி போன்றோரால் மொழிபெயர்ப்புக் கவிதைகளாக அரும்பி, அப்துல்ரகுமானில் தொடங்கி அமுதபாரதி, அறிவுமதி, நீலமணி, வைத்தியலிங்கம், தமிழன்பன், மித்ரா

போன்றோரால் வளர்ச்சியடைந்தது. 1966 —ஆம் ஆண்டு, ஜனவரி மாதக் கணையாழி இதழில் சுஜாதாவின் மொழிபெயர்ப்புக் ஹைக்கூக்கள் சில வெளி-வந்தன. 1967 —ஆம் ஆண்டு பாரதிதாசனின் குயில் ஏட்டில் ஹைக்கூ பற்றிய செய்தி வெளிவந்தது. இவ்வாறாக ஹைக்கூ தமிழகத்தில் பரவியது

தமிழில் செறிவான அழுத்தமான ஹைக்கூ கவிதைகளை முதலில் அறிமு-கப்படுத்தியவர்கள் வானம்பாடி இயக்கக் கவிஞர்கள் எனலாம். அவர்களில் முன்-னிலை வகிப்பவர் கவிக்கோ அப்துல்ரகுமான். 1979 —ஆம் ஆண்டு இவர் வெளியிட்ட 'பால்வீதி' என்ற புதுக்கவிதைத் தொகுப்பில், 'சிந்தர்' என்ற தலைப்-பில் சில ஹைக்கூ கவிதைகளை மட்டும் வெளியிட்டார். தமிழில் முழுவதும் ஹைக்கூ கவிதைகளாக அமுதபாரதி எழுதிய,'புள்ளிப்பூக்கள்' (1984) கவிதைத் தொகுப்பு வெளியானது. தொடர்ந்து அறிவுமதியின் 'புல்லின் நுனியில் பனித்துளி' எனும் ஹைக்கூ கவிதைத் தொகுப்பும் வெளியானது.

ஜப்பானிய ஹைக்கூக்களில் பெரும்பாலும் இயற்கையே பாடுபொருளாக இருக்கும். நம் நாட்டுக்கவிஞர்கள் சமூகத்தின் அனைத்து நிகழ்வுகளையும் மையப்படுத்தி கவிதை படைக்கின்றனர். பொதுவாக கவிதையில் உவமைக்கென தனியிடம் உண்டு. ஆனால் ஹைக்கூ கவிதைகளைப் பொறுத்தமட்டில் நேரடியாக உவமை இடம் பெறுவதில்லை. கவிஞனின் சிந்திக்கும் திறன் ஹைக்கூவில் முதன்மையாக அமைகிறது. மூன்றடிகளில் இக்கவிதைகள் அமைந்தாலும் சில கவிதைகளைப் பாமர மக்களால் புரிந்து கொள்ள இயலவில்லை. புதுக்கவிதைக்கு-ரிய குறைபாடுகளில் ஒன்றாக இருண்மைத் தன்மை சொல்லப்படுவதுண்டு. அதே குறைபாட்டை ஹைக்கூவிலும் காணலாம் என ஆராய்ச்சியாளர்கள் தெரிவிக்கின்-றனர்.

ஹைக்கூப் புதுமை

திருவள்ளுவரின் இரண்டடிகளால் உருவான திருக்குறள், ஒளவையாரின் ஓரடி வடிவில் உருவான ஆத்திசூடி போன்றவற்றை ஹைக்கூவின் முன்னோடிகளாகக் கருதினாலும் அவை நீதியைக் குறிப்பிடும் பாங்கில் அமைந்துள்ளன. ஹைக்கூ கவிதைகளானது சமூகத்தின் அனைத்து நிகழ்வுகளையும் வெளிக்காட்டிவிடு-கின்றன. எள்ளல், அவலம், மகிழ்ச்சி, துன்பம் எனப் பலவற்றையும் காட்டுகின்ற தன்மையைக் காண முடிகின்றது. ஹைக்கூ கவிதைகள் சிலவற்றை எடுத்துக்காட்டி விளக்குவது புரிதலுக்கு வழிவகுக்கும்.

" இரவெல்லாம்

உன் நினைவுகள்

கொசுக்கள்"

- (கவிக்கோ அப்துல்ரகுமான்)

கவிதையின் முதலிரண்டு அடிகளைப் பார்க்கும் போது, காதலன் ஒருவன் காதலியை நினைப்பதாகத் தோன்றும். மூன்றாவதடியில் கொசுத்தொல்லையை நயமாகக் குறிப்பிட்டிருக்கும் அங்கதத்தை உணரமுடிகிறது.

" விசிறி வியாபாரி

காற்றைச் சுமந்து செல்கிறான்

வேர்க்க வேர்க்கத்தான்"

எனும் இக்கவிதை ஜப்பானியக் கவிஞர் 'ஷிகி' எழுதிய கவிதையின் தமிழ் மொழிபெயர்ப்பு. இக்கவிதையை முரண் அழகுக்கு உதாரணமாகக் குறிப்பிடுவர். காற்றைக் கொடுக்க விசிறி விற்பவனால், விசிறியால் தன் வியர்வையைப் போக்-கிக் கொள்ள முடியாத அவலத்தை கவிதை குறிப்பிட்டுள்ளது.

இன்றைய காலத்தில் வரதட்சணை என்பது மிகப்பெரிய சக்தியாக உருவெ-டுத்துள்ளது. பெண் என்றால் அதன் பின்னொட்டாக வரதட்சணை என்பதை-யும் சேர்த்துக்கொள்ளலாம். குணமான பெண்ணா எனப் பார்க்கின்ற காலம் மாறி, பணமாக பெண்ணைப் பார்க்கும் நிலை உருவாகிவிட்டது. சமூக அவலம் என இதைச் சொன்னாலும் கேட்பவர்கள் எண்ணி;க்கை குறைவு. " பணம் பத்தும் செய்யும்" என்ற பழமொழிக்கேற்ப பின்வரும் ஹைக்கூ அமைந்துள்ளது.

" மணமகளின் அங்கக்குறை

நிவர்த்தி செய்யப்பட்டு விட்டதே

தங்கம்"

- (முரளிதரன்)

கூடைக்குள் தேசம் என்ற ஹைக்கூ கவிதைத் தொகுப்பில் அமைந்துள்ள இக்-கவிதை, தங்கத்தால் குறை நிறையாக மாறுகின்ற நிலையை எடுத்துக்காட்டியுள்-ளது.

விஞ்ஞான வளர்ச்சிகள் நிகழ்ந்து நாடானது வளர்ச்சி பெற்று வருகிறது எனக் கூறினாலும் வறுமையெனும் பெருங்கொடுமை நம் நாட்டை விட்டு முழுமையாக நீங்கவில்லை என்பதை,

" பசித்த குழந்தைகள்

கஞ்சி காய்ச்சுவான் தந்தை

சுவரொட்டிகள் ஒட்ட"

- (மித்ரா)

என்ற இக்கவிதை தெளிவுபடுத்துகிறது. இக்கவிதையின் முதல் இரண்டடிகள் குழந்தைகளின் பசியைப் போக்க தந்தை கஞ்சி காய்ச்சுவதாக அமைகின்றது. மூன்றாவதடி சவுக்கடியாக சுவரொட்டிகளுக்கு எனக் குறிப்பிட்டு வறுமையை மனதில் ஒட்ட வைத்துவிட்டது.

" எரியும் பிணங்கள்

வெட்டியான் வீட்டில்
சமையல்"

- (அமுதபாரதி)

ஒரு உயிரின் அழிவில் மற்றொரு உயிரின் பசியடங்கும் என்பதை கவிதை அறிய வைக்கின்றது. பிணத்தை எரித்தால் தான் பிணம் எரிக்கும் தொழில் செய்ப-வன் வீட்டில் அடுப்பெரியும். ஒருவரின் இறப்பினை எதிர்பார்த்திருக்கின்ற அவல-நிலையை கவிதை சுட்டியுள்ளது.

காலங்கள் மாறினாலும் சாதிவெறி, மதவெறி, இனவெறி உள்ளிட்டவை, மனித மனங்களில் வேரூன்றி நிலைபெற்றுள்ளது. 'பிறப்பொக்கும் எல்லா உயிர்க்கும்' எனக் கூறப்பட்டாலும் மாற்றம் என்பது இன்னும் நிகழவில்லை.

" எரிந்து சாம்பலானது
சேரிக் குடிசைகள்
சாதீ"

- (செந்தமிழினியன்)

இக்கவிதையில் 'சேரி' என்ற ஒற்றை வார்த்தை தாழ்த்தப்பட்டவர்கள் வசிக்கும் பகுதியைப் புலப்படுத்தி விட்டது. 'குடிசை' என்ற சொல் வறுமையைக் குறிப்பிட்-டுள்ளது. குடிசை எரிந்தது தீயால் என்றாலும், 'சாதீ' என்ற ஒன்றுதான் அடிப்படை என்பதையும் உயர்ந்த சாதியினரின் ஆதிக்கமே அழிவிற்கான காரணம் என்பதைப் புரிய வைத்துவிட்டது.

" என் முத்தங்களைச்
சேகரிக்கவா
உன் கன்னத்தில் குழி"

- (முனைவர் மரியதெரசா)

என்ற இக்கவிதை, "சிறகுகள் கேட்கும் வானம்" என்னும் கவிதைத் தொகுப்-பில், காதலன் ஒருவன் காதலியின் குழி விழுந்த கன்னத்தின் அழகைப் பாடியதாக அமைந்துள்ளது.

" வாழ்க்கை இதுதான்
செத்துக் கொண்டிருக்கும் தாயருகில்
சிரித்துக் கொண்டிருக்கும் குழந்தை"

- (அறிவுமதி)

மேற்கண்ட கவிதை இயல்பான உலகத்தை மனக்கண் முன் கொண்டு வந்து நிறுத்துகிறது. தாயிறந்ததைக் கூட அறியாத குழந்தையின் நிலைதான் மனிதனின் வாழ்க்கை என்பதாக தத்துவக்கோணத்தில் கவிதை வெளிப்பட்டுள்ளது. ஹைக்கூ கவிதைகள் பெரும்பாலும் நடப்பியல் என்னும் எதார்த்த சிந்தனைகளைப் புலப்ப-டுத்துவதில் முக்கியப் பங்கு வகிக்கின்றன.

புள்ளிப்பூக்கள், காற்றின் கைகள், ஐக்கூ அந்தாதி - அமுதபாரதி, புல்லின் நுனியில் பனித்துளி, கம்ப்யூட்டர் மனிதர்கள், அன்பான ராட்சசிக்கு - அறிவுமதி, சூரியப்பிறைகள் -தமிழன்பன், ஹைக்கூ கவிதைகள் - மித்ரா, உலக அமைதி நோக்கி - மோகனராசு, நிரந்தர மின்னல்கள் - கழனியூரன், சிறகுகள் முளைத்த மழைத்துளிகள், சிறகுகள் கேட்கும் வானம் - முனைவர் மரியதெரசா போன்றவை ஹைக்கூவின் தனிச்சிறப்பினை பாரெங்கும் பறைசாற்றுகின்றன.

பிற இலக்கிய வகை

மரபுக்கவிதை, புதுக்கவிதை, ஹைக்கூ என்பதைத் தொடர்ந்து, ஹைக்கூவின் தத்துவ இறுக்கம் குறைந்த வடிவமாக 'சென்றியூ' உருவாகியுள்ளது என்பர். சமகால மக்களின் வாழ்வியல் நிகழ்வுகளை எழுத சென்றியூ பயன்படுகிறது. ஜப்பான் நாட்-டைச் சேர்ந்த கராய்ஹச்சி மோன் என்பவர் சென்றியூ எனும் புனைபெயரில் கவிதைகளைப் படைத்ததின் வெளிப்பாடாக சென்றியூ என்னும் இலக்கிய வகை தோற்றுவித்தவரின் பெயரால் வழங்கப்படுகிறது.

தமிழ்நாட்டில் , ஈரோடு தமிழன்பன் 'ஒரு வண்டி சென்றியூ' என்னும் பெயரில் முதல் சென்றியூ தொகுப்பை வெளியிட்டுள்ளார். அத்தொகுப்பில் ஒரு கவிதை,

" தொகுதிதான்

முடிவாகவி;ல்லை

தோல்வி முடிவாகிவிட்டது"

என்னும் இக்கவிதை, தற்கால அரசியல் நிலைப்பாட்டினை அங்கதச் சுவை-யோடு காட்டியுள்ளது.

சென்றியூவைத் தொடர்ந்து 'குக்கூ' இலக்கியவகை உருவானது. கவிஞர் மீரா, குக்கூவை அறிமுகப்படுத்;தினார். மூன்று வரி என்ற அடியெல்லையை குக்கூ பின்பற்றவில்லை. சொல்லுகின்ற பொருளுக்கேற்ற வகையில் அடியெல்லை அமையலாம். சிறிய வடிவம், படிமக்காட்சி, விலங்கினங்களின் வாழ்வியல் விளக்-கம், நடைமுறை வாழ்வியல் ஆகியவற்றைக் கொண்டதாக குக்கூ கூறப்பட்டுள்-ளது. கவிஞர் பாலா, குக்கூவைப் பற்றிக் குறிப்பிடும் போது, இவற்றிற்கு ஜப்பானிய உடையும் இல்லை. நடையும் இல்லை. மூன்று வரிச்சட்டங்களும் இல்லை. படிமம் கட்டாயம் என்ற சட்டமும் இல்லை. தமிழ்ச்சாயல், தமிழ்ப்பாட்டு, தமிழ்க்காற்று - இவை ஹைக்கூ என்று கூவுமா என்ன? குக்கூ என்றுதான் கூவும் என தமிழ்க்-கவிதை வடிவமாக அடையாளப்படுத்துகிறார்.

" யாரோ வைத்த நெருப்பில்

ஏழைக் குடிசைகள் எரிந்தன

வளரும் புகையில்

மாளிகை சில தெரிந்தன"

- (மீரா)

கவிதையின் பாடுபொருளில் இக்கால சமூகத்தின் நிலை உணர்த்தப்-
பட்டு;ள்ளது. மாற்றம் ஒன்றே மாறாதது என்னும் வகையில் இன்னும் புதிய இலக்-
கிய வகைகள் தோன்றி தழிழன்னை மேலும் சிறப்படைவாள் என்பது திண்ணம்..

4

கொழுமம் தாண்டேஸ்வரர்

கொங்கு மண்டலமாம் திருப்பூர் மாவட்டம், மடத்துக்குளம் வட்டத்திற்கு உட்பட்ட பகுதியில் அமராவதி ஆறு ஆர்ப்பரித்து ஓடும் வளமையான ஊராகக் கொழுமம் விளங்குகிறது. கொழுமை என்றால் வளமை, இளமை, குளிர்ச்சி என்பது பொரு-ளாகும். வளமை கொண்ட பகுதியாகத் திகழ்கின்ற காரணத்தால் கொழுமம் என்ற பெயர் உருவானது எனலாம். கொழுமம் எனும் ஊர்ப்பெயர் குழுமூர் என்றும் அழைக்கப்பட்டிருந்தது. இவ்வூர் , மன்னர் காலப் பாரம்பரியம் கொண்டது . இதற்-குச் சான்றாய் தாண்டேஸ்வரர் கோவிலைக் குறிப்பிடலாம்.; நடராசர் தாண்ட-வமாடும் தாண்டேஸ்வரராகக் காட்சியளிக்கிறார். மன்னர் காலத்தில் 12 -ஆம் நூற்றாண்டில் சோழ வம்சத்தைச் சார்ந்த சோழமன்னன், வீரசோழன் என்பவரால் இக்கோயில் கருங்கற்களால் எழுப்பப்பட்டு மிகப் பெரிய சிவாலயமாக உருவானது. கோயில் சுவரைச் சுற்றிலும் அக்காலத் கல்வெட்டுத் தமிழ்மொழியில் எழுதப்பட்ட எழுத்து வடிவத்தை இன்றும் காண முடிகிறது. ஆய்வுக்கு முழுமையாக இச்சுவர்-களை உட்படுத்தினால் எழுதப்பட்டுள்ள எழுத்துக்களின் வழி பல அரிய தகவல்-களைப் பெறமுடியும். மேலும் இலிங்க வடிவிலும் சிவனின் கோலத்தைக் காணமு-டிகிறது. இக்கோலம் சோழீசுவரர் எனும் திருப்பெயரால் அழைக்கப்படுகிறது. நந்தி தேவன் சிலை சிவனுக்கு எதிரில் அமைக்கப்பட்டுள்ளது. இக்கோயில் உருவான-தற்கு ஒரு வரலாறு உண்டு.

கொழுமம்

கொழுமம் என்ற இவ்வூரினை குமணன் எனும் மன்னன் தலைநகராக் கொண்டு ஆண்டதாகவும், அதனால் இவ்வூர் குமணபுரி, குமணநகர் என்று வழங்-கியதாகவும் பின்பு குழுமூர் என்றானதாகவும் கூறுவர்.

" பல்லான் குன்றிற் படுநிழற் சேர்ந்த

நல்ஆன் பரப்பிற் குழுமூர் ஆங்கண்

கொடைக்கடன் ஏன்ற கோடா நெஞ்சின்

உதியன்... - அகநானூறு- 168)

குழுமூர் என்ற சொல் கொழுமம் என்றாயிற்று. ஐவர்மலையில் உள்ள 9-ஆம் நூற்றாண்டைச் சேர்ந்த கல்வெட்டு " கொழுமம்" எனக் குறிப்பிடுகின்றது. வீர-சோழீசுவரர் கோயிலிலுள்ள 12- ஆம் நூற்றாண்டுக் கல்வெட்டுகள், " கரைவழி நாட்டுக் கொழுமம்" என்றும், "கரைவழி நாட்டுக் குழுமம்" என்றும் " இனாம் சங்கிராம நல்லூர்க் குழுமம்" என்றும் குறிக்கின்றன. இவ்வூரின் பெயர்களுள் ஒன்-றான சங்கிராமநல்லூர் என்பதில் சங்கிராமம் என்பதற்குப் போர் என்ற பொருள் உண்டு என்பதால், இப்பகுதி போர் நடந்த இடமாக இருந்திருக்கலாம் என ஆய்-வாளர்கள் கருதுகின்றனர்.

கொழுமம் என்ற இவ்வூருக்கு விக்கிரமசோழ நல்லூர், வீரநாராயண நல்லூர், கேரளகேசரி நல்லூர், உமாபரமேஸ்வரி நல்லூர், கீழ்க்கல்லாபுரம், திருவளர்துறை, அகரம்புத்தூர்,தென்னூர் என்ற பெயர்களும் கல்வெட்டுகளில் காணப்படுவதாக ஆய்வாளர்கள் குறிப்பிட்டுள்ளனர். மேலும் குமண வள்ளல் ஆட்சிக் காலத்தில் காசியிலிருந்து கொண்டு வரப்பட்ட சிவலிங்கத்திற்குக் கோயிலெழுப்பி காசி விசு-வநாதர் ஆலயம் எழுப்பப்பட்டுள்ளது. அதனால் கொழுமத்திற்கு அருகில் உள்ள ஊர் குமணலிங்கம் என்றழைக்கப்பட்டதென்பர். தற்போது குமரலிங்கம் என்றழைக்-கப்படுகிறது.

கோயில் உருவான வரலாறு

வீரசோழன் என்ற மன்னர் கொழுமம் இருக்கின்ற பகுதியில் ஆட்சி புரிந்து வந்தார்;. செல்வ வளம் கொழிக்கும் பூமியாக இப்பகுதி சிறப்புற்றிருந்தது. இச்-சமயத்தில் மன்னருக்குக் கஷ்ட காலம் ஏற்பட்டது. எதிர்காலத்தை கணிக்கும் சோதிடர் மன்னரின் சாதகத்தை ஆராய்ந்து பார்த்து, கிரகங்களின் செயல்பாடுகள் நாட்டின் துயருக்கு வழிவகுக்கும் என்றார். மன்னருக்குப் பெருங்கவலை உண்டா-யிற்று. தன்னுடைய நேரமும் காலமும் நாட்டிற்கு இடையூறு ஏற்படுத்தும் வகை-யில் அமைந்ததை எண்ணித் துயருற்றார். திக்கற்றவர்களுக்கு தெய்வமே துணை என்பார்கள். அவ்வகையில் கடவுளரை வேண்டிக் கொண்டு நாட்டை நல்வழியில் மேம்படுத்த ஆயத்தமானார்.

சோதிடர் கூறியதைப் போலவே நாட்டிற்கு தீங்கு வரும் சூழல் நிலவியது. மன்-னருக்கு ஏற்பட்ட சூரிய கிரகண தோஷத்தால் நாட்டில் பஞ்சமும் வறுமையும் ஏற்பட்டது. மக்கள் பட்டினியால் தவித்தனர். மன்னர் செய்வதறியாது திகைத்தார். பல கடவுளரையும் வேண்டிக் கொண்ட மன்னர் கனவில் சிவபெருமான் தோன்றி, நாடு நல்ல நிலையை அடைய தனக்குக் கோயில் எழுப்பும்படி ஆணையிட்டார்.

மன்னரும் அரும்பாடுபட்டு கோயிலைக் கட்டிமுடித்து சோழர்களுக்கு உரிய ஈஸ்வரன் என்னும் பெயரில் சோழீசுவரர் இலிங்கத்தைப் பிரதிஷ்டை செய்ய முடிவெடுத்தார். மேலும், பஞ்சம் தீர பஞ்சலோகத்தால் தாண்டேஸ்வரர் சிலையை உருவாக்க கண்ணங்காரன் என்னும் பெயருடைய சிற்பியை அழைத்தார். பஞ்சம் என்ற சொல்லுக்கு ஐந்து என்பது பொருளாகும். பொன், வெள்ளி, செம்பு, இரும்பு, ஈயம் ஆகிய ஐந்தின் கூட்டிணைப்பே பஞ்சலோகம் ஆகும். சிற்பியும் மன்னரிடம் தேவையான பஞ்சலோகப் பொருள்களைப் பெற்றுக் கொண்டு அவ்வுலோகப் பொருள்களை உருக்கி சிலை வார்க்க விரதமிருந்தார்.

சிவபெருமானை தியானித்து சிலை வார்க்கத் தொடங்கினார். பலமுறை முயன்றும் சிலை முழுவடிவம் பெறவில்லை. சிலை செய்ய முடியவில்லையென்றால் மன்னரின் தண்டனைக்கு ஆளாக வேண்டும். மேலும் நாட்டின் பஞ்சம் நீங்க சிலை செய்தாக வேண்டும் எனச் சிந்தித்தார். இறுதி முயற்சியாக இறைவனிடம் மீண்டும் மனமுருக வேண்டினார். இறைவா! உன் திருமேனியை முழுமையாகச் செய்து முடித்தவுடன் என் உயிரைக் காணிக்கையாக ஏற்றுக்கொள் என்னும் வேண்டுதலோடு இரவு முழுவதும் முயன்று நன்முறையில் பெரிய வடிவில் தாண்டேஸ்வரராகிய நடராசர் திருமேனியை உருவாக்கி, உயிர் துறந்தார்.

மறுநாள் காலையில் சிலை வார்க்கும் இடத்திற்கு மன்னன்; வருகை புரிந்தார் சிலை நன்முறையில் வடிவமைக்கப் பட்டதையும் கண்ணங்காரன் உயிர்துறந்து கிடந்ததையும் பார்த்தார். உயிரற்ற உடலைக் கண்டு வருந்தி, அவர் செய்த தியாகத்தைப் போற்றினார். ஒரு நல்லநாளில் தாண்டேஸ்வரர், சோழீசுவரர் உள்ளிட்ட பல தெய்வங்களின் உருவங்கள் பிரதிஷ்டை செய்யபட்டு திருக்குட முழுக்கு நடைபெற்றது. பின்னர் மழை பொழிந்து நாட்டில் வளமை பெருகியது. கண்ணங்காரன் தியாகத்திற்காக, அவர் சந்ததியினருக்கு மன்னன் வளமுள்ள நிலங்களை வழங்கினார். இன்றும் கொழுமத்தின் ஒரு பகுதியில் மன்னர் கொடுத்த நிலமுள்ள பகுதி கண்ணங்காரன் தோப்பு என அழைக்கப்பட்டு வருவதாகக் கூறுவர்.

மன்னரின் காலத்தில் மார்கழி மாதத்தில் பத்து நாள்கள் திருவாதிரை நட்சத்திர விழா கொண்டாடப்பட்டதாகக் கூறுவர். இன்றும் திருவாதிரை நட்சத்திர விழா கொண்டாடப்பட்டு வருகிறது. இத்திருக்கோயிலில் பிரகந்த நாயகி (பெரிய நாயகி)எனும் திருப்பெயரில் அம்பாள் தனி சன்னதியில் வீற்றிருந்து அருள்பாலிக்கிறாள். பழங்காலக் கோயில் அமைப்புமுறை மாறாமல் ஆகம விதிப்படி இக்கோயில் அமைந்துள்ளது. அர்ச்சகர்களால் அன்றாடம் பூசை செய்யப்படுகிறது. இத்திருக்கோயிலில் தட்சிணாமூர்த்தி, துர்க்கையம்மன், விநாயகர், முருகன், ஐயப்பன், அக்னீஸ்வரர், காலபைரவர், நவகிரகங்கள், சூரியன், சந்திரன், ஒற்றைச்சலி, சண்டிகேஸ்வரர், திருஞானசம்பந்தர், திருநாவுக்கரசர், சுந்தரர், மாணிக்கவாசகர் சன்னதிகள் காணப்படுகின்றன. தல விருட்சமாக வில்வமரம் காணப்படுகிறது. இக்-

கோயிலில் பிரதோஷ காலங்களில் சிறப்புப் பூசைகள் நடைபெற்று வருகின்றன.

தென் சிதம்பரம்

சிதம்பரத்தில் வீற்றிருக்கும் நடராசப்பெருமானைப் போன்று இடக்கால் தூக்கி, வலக்கால் ஊன்றி ஆனந்தத்தாண்டவம் ஆடும் நிலையில் தாண்டேஸ்வரர் சிலை சுமார் ஐந்தரை அடி உயரத்தில் அமைந்துள்ளது. இத்திருக்கோயில் தென்சிதம்பரம் என வழங்கப்படுவதாகவும் கூறப்படுகிறது.

மூர்த்தி

இறைவன் : தாண்டேஸ்வரர் (சோழீசுவரர்)

இறைவி : பெரிய நாயகி (பிரகந்த நாயகி)

தலமரம்: வில்வம்

வில்வ மரம் தெய்வீக மூலிகை மரம் என்றழைக்கப்படுகிறது. இம்மரத்தின் நிழல், காற்று இவற்றிலும் மருத்துவ சக்தி இருக்கிறது. வேரானது நோயை நீக்கி உடலைத் தேற்றும். இரத்தக் கசிவை நிறுத்தும். பழம் மலமிளக்கும். பழ ஓடு காய்ச்சல் போக்கும். பிஞ்சு விந்து வெண்ணீர்க் குறைகளை நீக்கும். பூ மந்தத்-தைப் போக்கும், வாய் துர்நாற்றத்தைப் போக்கும். வில்வத் தளிரை வதக்கிச் சூட்-டுடன் கண் இமைகளில் வைத்தால் கண்வலி நீங்கும். வில்வ இலைக்கு சர்க்கரை நோயை நீக்கும் வல்லமை உண்டு.

தீர்த்தம்: அமராவதி நதி

கொழுமம் பகுதிக்கு வளம் சேர்ப்பன இரண்டு நதிகள். 1. அசுவநதி 2. அமராவதி. அசுவம் என்ற வடமொழிச் சொல்லுக்கு குதிரை என்பது பொருள். மேலும் இந்நதி குதிரைமலையிலிருந்து உற்பத்தி ஆகி;ன்ற காரணத்தால் குதிரை-யாறு என்றழைக்கப் படுகிறது. அமராவதி என்ற வடமொழிச் சொல்லுக்கு தமி-ழில் ஆன் பொருநை என்பது பொருளாகும். இந்த ஆறு கொழுமத்திற்கு மேற்கே மறையூருக்கு மேல் தென் மேற்கே 13 மைல் தூரத்தில் கற்பாறையினின்று ஊற்றெ-டுத்து அஞ்சிநாடு வழியாக ஓடி பாம்பாற்றுடன் கூடி, தளிஞ்சி என்னும் இடத்தில் தேனாற்றுடன் சேர்ந்து துலானா அருவியில் வீழ்ந்து கொழுமத்தில் குதிரையாற்று-டன் கலக்கிறது.

அமைவிடம்

இத்திருத்தலம் பழனிக்கு மேற்குப் பகுதியில் 20 கி.மீ தொலைவில் அமைந்-துள்ளது. உடுமலையிலிருந்து கிழக்கில் 17 கி.மீ தொலைவில் அமைந்துள்ளது.

குறிப்புதவி நூல்கள்

1. கொழுமம் - குமரலிங்கம் ஐவர்மலை —— தொல்லியல் துறை வெளியீடு

2. அகநானூறு - ச.வே. சுப்பிரமணியன் உரை

குமரலிங்கம் வட்டார நாட்டுப்புற வளங்களும் வழிபாடுகளும்

உலகில் வாழும் உயிரினங்களுள் மனிதன் ஒருவனே உழைத்துப் பிழைக்கும் மாண்புடையவனாக விளங்குகிறான். அத்தகைய உழைப்பின் அடையாளங்களுள் முதன்மையாகத் திகழ்வது வேளாண்மை. இன்றும் நாட்டுப்புறங்களுள் உயிர்ப்புடன் வேளாண்மை நடைபெற்றுவருகிறது. மனிதனின் அடிப்படைத் தேவைகளான உணவு, உடை, உறைவிடம் ஆகிய மூன்றில் முதலிடமும் முக்கியத்துவமும் பெறு- வது உணவு. உணவினை வேளாண்மையால் மட்டுமே பெற முடியும். காட்டிலும் மேட்டிலும் அலைந்து திரிந்த மனிதன் நாகரிகமாக, ஒற்றுமையாக, ஒரே சமூகமாக மாற பயிர்த்தொழிலான வேளாண்மைத் தொழில் காரணமாக அமைந்தது. மேலும் எச்செயலைச் செய்தாலும் இறைவழிபாட்டுடன் மேற்கொள்ளும் வழக்கமுமிருந்தது. அவ்வகையில் குமரலிங்கம் வட்டாரப்பகுதிகளிலுள்ள நாட்டுப்புற வளங்களையும், அதனை ஒட்டிய வழிபாடுகளையும் ஆராய்வதாக இக்கட்டுரை அமைகிறது.

குமரலிங்கம் வட்டாரம்

கொங்குமண்டலமாம் திருப்பூர் மாவட்டம், உடுமலைப்பேட்டை வட்டத்திற்குட்- பட்ட பகுதி குமரலிங்கம் ஆகும். இவ்வூர் தொடக்கத்தில், ' குமணலிங்கம்' என்ற- ழைக்கப்பட்டது. குமணன் என்ற வள்ளல் காசியிலிருந்து லிங்கம் கொண்டு வந்து வழிபட்டதால் இப்பெயர் வழங்கப்பட்டது. காலப்போக்கில் குமரலிங்கம் என்றழைக்- கப்பட்டு அப்பெயரே நிலைத்து விட்டது.

" ஆறில்லாத ஊருக்கு அழகு பாழ்" என்பது பழமொழி. ஆறு ஓடக்கூடிய பகுதியே வளமான பகுதியாகும். குமரலிங்கம் வட்டாரம் இயற்கையெழில் கொண்ட பகுதியாக நிலைத்திருப்பதற்கு அமராவதி ஆறு மூலமாக விளங்குகிறது. குமரலிங்- கத்தைச் சுற்றியுள்ள கொழுமம், ருத்ராபாளையம், சாமராயபட்டி, பெருமாள்புதூர், பார்த்தசாரதிபுரம் ஆகிய ஊர்கள் குமரலிங்கம் வட்டாரங்களாக அமைகின்றன. இங்கு வாழும் மக்களுள் எண்பது விழுக்காட்டினர் விவசாயத்தை முதன்மைத் தொழிலாகக் கொண்டு வாழ்ந்து வருகின்றனர். இம்மக்களின் வழிபாடுகளிலும் விவசாயம் சார்ந்த செயல்பாடுகளை இன்றும் காணமுடிகிறது.

மன்மதன்- இரதி வழிபாடு

தமிழர் வாழிடங்களாக விளங்கிய ஐவகை நிலங்களுள் வளமான பகுதியாகத் திகழ்வது மருத நிலம். மருத நிலமாவது ஆற்றங்கரையை ஒட்டிய வயலும் வயல் சார்ந்த பகுதியாகும். இந்நிலத்திற்குரிய தெய்வம் இந்திரன் என்பதை நம் இலக்- கியங்கள் பதிவு செய்துள்ளன. இந்திரனோடு தொடர்புடையவர்களாக மன்மதன், இரதி விளங்குகின்றனர். அவ்வகையில் வளமான குமரலிங்கம் வட்டாரத்தில் மன்- மதன், இரதி வழிபாடு ஒவ்வோர் ஆண்டும் நடைபெற்று வருகிறது. இந்து தொன்ம வழிபாடாக நிகழ்ந்து வருகிறது.

ஆதிகாலத்தில் தோன்றிய மனிதனிடம் உருவ வழிபாடு இல்லை. அருவமாக விளங்கும் இயற்கையையே மனிதன் வணங்கி வந்தான். அதன் தொடர்ச்சியாகவே

மன்மதன் வழிபாடு நடைபெறுவதாகக் கருதலாம். குமரலிங்கத்தில் சாலையோரத்-
தில் மன்மதன், இரதி கோயில் உள்ளது. கோபுரங்களோ, சுவர்களோ இல்லை.
வெட்ட வெளியில் சிறிய திட்டு ஒன்று காணப்படுகிறது. பிற்காலத்தில் யாரோ
ஒருவர் சக்திவேல் ஒன்றை தன் வேண்டுதல் நிறைவேறியதன் பொருட்டு அந்தத்
திட்டின் பின்புறம் வைத்துள்ளார். மக்கள் இக்கோயிலை காமன்கோயில், மன்மத-
ராஜா கோயில் என்ற பெயர்களில் அழைக்கின்றனர்.

சிவபெருமான் தவத்தில் ஈடுபட்டதால் உலக இயக்கம் சரிவர நடைபெற-
வில்லை. பிரம்மா, திருமால், இந்திரன் உள்ளிட்ட தேவர்கள் சிவனை விழிப்பு
நிலைக்குக் கொண்டு வர ஆலோசனையில் ஈடுபட்டனர். அப்போது மன்மதனை
அனுப்பி சிவனின் தவத்தை கலைக்கலாம் எனத் தீர்மானிக்கின்றனர். மன்மதன்,
இரதி திருமணம் நடைபெற்ற அன்றே இந்திரன் அழைக்க மன்மதன் தயாரானான்.
மன்மதனுக்கும் இரதிக்கும் தருக்கம் ஏற்படுகிறது. இரதி போகவேண்டாம் எனத்
தடுக்கிறாள். மன்மதன் அதை மீறிச்சென்று மலர்க்கணைகளால் சிவனை எழுப்ப,
நெற்றிக்கண் திறந்த சிவனால் மன்மதன் எரிந்து பஸ்பமானான். இரதி சிவனிடம்
கண்ணீர் விட்டுக் கதற, அவள் கண்ணுக்கு மட்டும் மன்மதன் தெரியும்படி உயிர்ப்-
பித்தார் என்ற தொன்மக் கதையை மக்கள் கூறி வருகின்றனர்.

மாசி மாதத்தில் அமாவாசை முடிந்து வருகின்ற வளர்பிறையில் காமன்பண்-
டிகை நடைபெறுகிறது. ஏறத்தாழ பதினெட்டு நாட்கள் நடைபெறுவதாக இப்பகு-
தியினர் கூறுகின்றனர். தோராயமாக 120 ஆண்டுகளாக இவ்வழிபாடு நிகழ்வதாக
மக்கள் தெரிவிக்கின்றனர். பண்டிகையின் முதல்நாளில் பேக்கரும்பு, சித்தகத்தி,
கொட்டந்தண்டு, வாழை இலை... உள்ளிட்டவற்றை ஒரு கம்பம் நட்டு கட்டுகி-
றார்கள். இவற்றையே மன்மதன், இரதி என்கின்றனர். ஐந்தாம் நாளன்று அந்தக்-
கோயில் உள்ள இடத்தில் பச்சைப்பந்தல் போடப்பட்டு ஒரு திருமணவிழா எவ்-
வாறு நடைபெறுமோ, அதைப்போலவே திருமணத்தை நடத்துகிறார்கள். முதல்
நாள் தொடங்கி நான்கைந்து நாட்கள் இரவில் விநாயகர் பாடலைப் பாடுகிறார்-
கள், அப்போது கும்மியும் நடைபெறுகிறது. ஐந்தாம்நாள் தொடங்கி பதின்மூன்-
றாம் நாள்வரை மன்மதன், இரதி தருக்கம் நடைபெறுகிறது. ஆண்களில் இரண்டு
குழுவினர் எதிரெதிரே அமர்ந்து கொண்டு ஒரு குழுவினர் மன்மதனைப்போலவும்
எதிரே உள்ள குழுவினர் இரதியைப்போலவும் கருதிக்கொண்டு கதைப்பாடல்கள்
பாடுகின்றனர். பதின்மூன்றாம் நாள் சிவபெருமான் மன்மதனை எரித்தல் நிகழ்வு
நடைபெறுகிறது. ஒரு சிறிய பந்து போல் தீப்பந்தம் உருவாக்கி முதல் நாள் கம்-
பத்தில் கட்டப்பட்ட பேய்க்கரும்பு உள்ளிட்டவற்றை எரிக்கின்றனர். அதுவே மன்-
மதனை சிவன் எரிக்கும் நிகழ்வாகும். பின்னர் இரதி ஒப்பாரி வைக்கும் நிகழ்வும்
நடைபெறுகிறது. பின்னர் ஏழு நாட்கள் கழித்து கருமாதி நடைபெறுகிறது. பின்-
னர் அன்றே இரதிக்காக மனமிரங்கிய சிவபெருமான் அவள் கண்ணுக்கு மட்-

டும் தெரியும்படி மன்மதனை உயிர்ப்பித்தலோடு விழா நிறைவடைகிறது. இவ்வழி-பாடு கொழுமம், ருத்ராபாளையம் ஆகிய ஊர்களிலும் ஆரம்பத்தில் இருந்ததாகக் கூறப்படுகிறது. குமரலிங்கத்தில் மட்டும் இவ்வழிபாடு மேற்கொள்ளப்படுகிறது. இக்-கோயிலில் பண்டிகைக்காலம் தவிர்த்து மற்ற நாட்களில் பூசை நிகழ்வதில்லை. பண்டிகையின் போது பூசை செய்பவருக்கு நெல் கூலியாக வழங்கப்பட்டது. சில ஆண்டுகளாக அரிசியும், பணமும் வழங்கப்படுகிறது. விவசாய வேலைகளில் ஈடு-படும் மக்களுக்கு தை,மாசி மாதங்கள் செழிப்புள்ள மாதங்களாக விளங்குவதால் மாசி மாதத்தில் பண்டிகை நடைபெறுகிறது.

உலகில் வாழும் உயிர்களின் இயக்கத்திற்கு பயிர்கள் ஆதாரமாய் அமைவ-தைப் போன்று உயிர்களின் தோற்றத்திற்கு காமம் அடிப்படை என்ற அடிப்படை-யில் காமன் வழிபாட்டை வேளாண்மையோடு தொடர்புபடுத்த இடமுண்டு.

கொழுமம்

குமரலிங்கத்திலிருந்து 2 கி.மீ தொலைவில் கொழுமம் என்னும் ஊர் அமைந்-துள்ளது. 'கொழுமை' என்ற சொல்லுக்கு 'வளமை' என்பது பொருளாகும். நாட்-டுப்புற வளங்கள் செழித்திருப்பதை ஊரின் பெயரே அடையாளப்படுத்திவிடுகிறது. அமராவதி ஆறு இப்பகுதியை வளப்படுத்தி வருகிறது. நெற்பயிரே இங்கு அதிகம் விளைவிக்கப்படுகிறது.

ஆற்றங்கரையோரத்தில் கோட்டைமாரியம்மன் கோயில் காணப்படுகிறது. இங்கு அம்மனுக்கு உருவச்சிலை இல்லை மூலவராக அருவுருவான கல்லே காணப்படுகி-றது. ஆற்றில் மீன் பிடித்துக் கொண்டிருந்தவர்களின் வலையிலிருந்து மாரியம்மன் கிடைத்ததாக இப்பகுதி மக்கள் கூறுகின்றனர். விவசாய வேலைகளில் ஈடுபடுகி-றவர்கள், மழைக்கடவுளான மாரியம்மனை வேண்டிக் கொண்ட பிறகே வயலுக்-குள் இறங்குவதை வழக்கமாகக் கொண்டிருக்கிறார்கள். மேலும் நல்ல விளைச்சல் கிடைத்ததும் நெற்பயிர்களை காணிக்கையாகக் கோயிலுக்குக் கொடுத்துச் செல்-லும் வழக்கமும் இம்மக்களிடையே உண்டு.

வறட்சியும் வெப்பமும் வெளிப்படும் சித்திரை மாதத்தில் அம்மனுக்குத் திரு-விழா நடைபெறுகிறது. நோன்பு சாட்டப்பட்டு, கம்பம் நடப்பட்டு திருவிழா நடத்-தப்படுகிறது. கம்பத்திற்கு ஆற்றிலிருந்து நீரெடுத்து வந்து ஊற்றி வழிபடுகிறார்கள், வீட்டில் குளி;த்துவிட்டு வந்திருந்தாலும் ஆற்றில் மீண்டும் குளித்தல் நடைபெறு-கிறது. ஆடைகளைக் களையாமல் குளிக்கிறார்கள். பின்னர் ஈரமான ஆடையு-டனே, பித்தளைக்குடங்களில் நீர்நிரப்பி அதனுள் மஞ்சள்தூள்; போடுகிறார்கள.;; பின்னர் அதன்மேல் வேப்பந்தழைக் கொத்தினை வைத்து, ஆற்றின் கரையில் அக்குடங்களுக்கு பத்தி, சூடம் காண்பித்து வழிபடுகிறார்கள். பிறகு அந்நீரை தலையில் சுமந்து சென்று கோயிலில் மரத்தாலான கம்பத்திற்கு ஊற்றி வழிபடு-கிறார்கள். நோன்புக்காலங்களில் மழை வரும் என்பது மக்களின் நம்பிக்கையா-

கும். மக்களின் நம்பிக்கைப்படி மழை பெய்வது ஒருநாளாவது நிகழ்கிறது என்ப-தைப் பலரும் கூறுவதின் வழி அறியமுடிகிறது. நோன்பின் போது நெற்பயிர்களை தாள்களுடன் இணைத்துக்கட்டி கோயிலில் தோரணமாகக் கட்டுவதும் நிகழ்கிறது. வயதானவர்களில் மாரியம்மாள், மாரியப்பன், மாரிமுத்து என்ற பெயர்களில் பலர் உள்ளனர். மேலும் இப்பகுதியில் அமைந்துள்ள பெரும்பாலான கோயில்கள் ஆற்-றங்கரையோரத்தில் விவசாய நிலங்களை ஒட்டியே காணப்படுகின்றன. ஆற்றுக்குள் ஒரு பாறையில் வேல்கள் வைக்கப்பட்டு வழிபாடுகள் நிகழ்கின்றன. காவல்காக்கும் கருப்பணசாமி வேல்களின் வடிவில் இருப்பதாக மக்கள் குறிப்பிடுகின்றனர்.

திருவிழாக்காலங்களில் மாரியம்மனுக்கு கிடாய் வெட்டும் நேர்த்திக்கடன் வழி-பாடும் மேற்கொள்ளப்படுகிறது. ஆடு,மாடு மேய்;ப்பவர்கள் அதிகமாக இப்பலி-யினை அம்மனுக்குக் கொடுத்து வந்தனர். இக்காலத்தில் பெரும்பாலானவர்கள் தம் வேண்டுதல் நிறைவேறினால் கிடாய் பலியிடுகிறார்கள். விவசாயமக்கள் தம் நிலத்-தில் விளைந்த நெற்பயிரில் இரண்டு, மூன்று படிகளை அரிசியாக்கி, பின்னர் மாவாக்கி மாவிளக்கு வழிபாடும் மேற்கொண்டு வருகின்றனர். விவசாயத்தை மேற்-கொள்ளாத பிறபணிகளைச் செய்பவர்களும் மாவிளக்கு வைத்து மாரியம்மனை வழிபட்டு வருகின்றனர்.

கொழுமம் பகுதியில் வீரசோழ மன்னன் காலத்தில் பஞ்சம் நிலவியது. மக்-களி;ன் வாழ்வாதாரமாக விளங்கிய பயிர்த்தொழில் நடைபெறவில்லை. அச்சமயத்-தில் மன்னன் பஞ்சம் தீர பஞ்சலோகத்தால் தாண்டேஸ்வரர் சிலையை உருவாக்-கச் செய்து கோயில் கட்டி வழிபாடு மேற்கொண்டதாகவும், அதன் பின்னர் மழை பொழிந்து விவசாயம் நடைபெற்றதாகவும் சொல்லப்படுகிறது.

பார்த்தசாரதிபுரம்

குமரலிங்கத்திற்கு மேற்கே 4 கி.மீ தொலைவில் பார்த்தசாரதிபுரம் கிராமம் அமைந்துள்ளது. இக்கிராமத்தில் நெல், கரும்பு, மக்காச்சோளம் ஆகிய பயிர்கள் உற்பத்தி செய்தல் முதன்மைத் தொழிலாக நடைபெற்று வருகிறது. விதைநெல் வாங்கப்பட்டு நாற்றாங்கால் போடப்படுகிறது. பின்னர் பயிர் ஓரளவு வளர்ச்சிய-டைந்ததும் சிறிய நெற்பயிர்கள் சூரியனை வணங்கி வயலில் நடவு செய்யப்படு-கின்றன. வயல் விளைந்ததும் அறுவடை செய்யப்பட்டு முதலில் தாளுடன் அறுத்த நெற்பயிர்களை தோரணமாக அமைந்து காளியம்மன், மாரியம்மன் கோயில் நோன்புகளின் போது கோயிலின் முன்புறத்தில் நான்கு பகுதிகளிலும் அமையும்படி சுற்றிக் கட்டுகின்றனர். வயல்விளைச்சலைக் கொடுத்த அம்மனுக்கு நன்றி செலுத்-தும் விதமாக இச்செயல்பாட்டை மேற்கொள்கின்றனர். ஒரு கோயிலில் கட்டிய நெல்தோரணத்தை வேறு கோயிலில் கட்டுவதில்லை. நோன்பு முடிந்ததும் நெல்-தோரணத்தை பூசை செய்யும் பூசாரி எடுத்துக் கொள்ளலாம்.

பார்த்தசாரதிபுரம் கிராமத்தில் காளியம்மன், மாரியம்மன் திருவிழாக்கள் மாசி மாதத்தில் நடத்தப்படுவது வழக்கமாக நிகழ்ந்து வருகிறது. குமரலிங்கம் வட்டாரத்தில் கொழுமம் மாரியம்மன் கோயில் திருவிழா மட்டும் சித்திரை மாதத்தில் நடைபெறுகிறது. மற்ற கோயில் திருவிழாக்கள் மாசி மாதத்தில் மட்டுமே நடத்தப்படுகிறது. நோன்பு சாட்டப்படும் நாளில், அம்மனை வேண்டி, " ஊரு செழிக்கவேணும், உற்றமழை பெய்யவேணும், நாடு செழிக்கவேணும், நல்லமழை பெய்யவேணும்" எனச்சொல்லி உருமி அடிக்கப்பட்டு நோன்பு தொடங்கப்படுகிறது. இதன்வழி மழை வேண்டுதலே வழிபாடுகளுள் முதன்மையானதாக அமைவதை அறியமுடிகிறது.

விவசாய வேலைகளில் ஈடுபடுத்தப்படும் மாடுகளுக்கு ஏதேனும் பாதிப்பு ஏற்பட்டால், அம்மனிடத்தில் பாதிப்பில்லாமல் காப்பாற்ற வேண்டுமென கோரிக்கை வைக்கிறார்கள். திருவிழாவின்போது கால்நடை உருவாரம் வாங்கிவந்து கோயிலில் வைத்து வழிபட்டுச் செல்கிறார்கள். கோயிலில் கொடுக்கப்படும் திருநீற்றை கால்நடைகளுக்குப் பூசுவதை விவசாய மக்கள் வழக்கமாகக் கொண்டுள்ளனர்.

பள்ளயம் போடுதல்

சிவராத்திரி தினத்தில் அம்மன் கோயில்களில்; பள்ளயம் போடுதல் நிகழ்கிறது. விவசாயமக்கள் தங்கள் காடுகளில் விளைந்த மொச்சைப்பயிறு, தட்டைப்பயிறு, பாசிப்பயிறு, கொள்ளுப்பயிறு போன்றவற்றை கோயிலில் வேகவைத்து அம்மனுக்குப் படைத்து வழிபடுதல் பள்ளயம் போடுதல் எனப்படுகிறது. அம்மனுக்கு வைத்து வழிபட்ட பிறகு பொதுமக்கள் அனைவருக்கும் வழங்கப்படுகிறது.

நிலாப்பிள்ளை வழிபாடு

இயற்கை வழிபாடு கிராமமக்களின் பாரம்பரியத்தில் தலைசிறந்ததாகப் போற்றப்படுகிறது. அவ்வகையில் நிலா வழிபாடு நிகழ்த்தப்படுகிறது. தைமாதத்தில் இந்நிகழ்வு நடைபெறுகிறது. சிறுபிள்ளைகள் ஒவ்வொருவரும் நிலவு வரும் வேளையில் தங்கள் வீடுகளிலிருந்து எச்சில் படாத உணவை ஒரு கிண்ணத்தில் எடுத்து வந்து, ஊர்ப்பெரியமனிதர் ஒருவரின் வீட்டில் வைத்து வழிபடுகின்றனர். கும்மியடித்துப் பாடல்பாடி மகிழ்ந்து, பின்னர் அனைவரும் ஒவ்வொரு வீட்டு உணவையும் உண்டு மகிழ்கின்றனர்.

கிராமங்களில் பாம்புப் புற்றுக்குப் பால், முட்டை படைத்து வழிபடும் நிலையுண்டு. நிலவோடு பாம்பிற்கும் தொடர்புண்டு என்ற நம்பிக்கை நாட்டுப்புறப் பகுதிகளில் காணப்படுகிறது. சந்திரகிரகணம் நிலவை சந்திரன் விழுங்குவதால் ஏற்படும் என்பர். அவ்வகையில் பாம்பு குறித்த பாடலும் நிலாச்சோறு மாற்றும்போது பாடப்படுகிறது.

" புத்துப்புத்து நாகரே!
பூமியில வளர்ந்தவரே
பச்சரிசி போல

பல்லுள்ள நாகரே!
குறுமொளகு போல
கண்ணுள்ள நாகரே!
……………………..''

பாம்பின் பற்கள் பச்சரிசியுடனும் கண்கள் குறுமிளகுடனும் உவமைப்படுத்திக் காட்டப்பட்டுள்ளது. பச்சரிசி, குறுமிளகு போன்றவை பொங்கல் வைக்கும் போது பயன்படுபவை. இப்பாடல் பாம்பின் பிடியிலிருந்து சந்திரனைக் காப்பாற்றவும், அதே சூழலில் விவசாய நிலங்களில் பாம்பின் நடமாட்டம் அதிகமாக இருக்கின்ற காரணத்தால், உயிருக்கு ஊறு நேரக்கூடாது எனும் அச்சத்தாலும், நாகதோஷம் போன்ற தோஷங்கள் ஏற்படாதிருக்கவும் இவ்விதம் வழிபாடு மேற்கொள்ளப்பட்டி-ருக்கலாம்.

இயற்கையோடு வாழ்கின்ற மக்களின் பாடல்களில் இயற்கையைப் பற்றிய செய்திகள் அதிக அளவில் வெளிப்படுகின்றன. விவசாயப் பின்னணி கொண்ட கிராமமாக விளங்குகின்ற முறைமையால், விவசாயம் சார்ந்த பாடல்கள் நிலாச்-சோறு மாற்றும் நிகழ்வில் பரவலாகக் காணப்படுகிறது.

“ நாழி நாழி நெல்லுக்குத்தி
நடுக்கெணத்துல பொங்க வெச்சி
ஓலையக்காங்கற மாலையக்கா
ஓம்பது மாசம் எங்கிருந்த
ஓட்டப்புள்ளார் கோயிலுல
ஓடி ஒளிஞ்சிருந்த
போடுங்கம்மா பொண்டுகை
……….……………………………..''

இப்பாடலில் 'நாழி' என்ற சொல் இடம்பெற்றுள்ளது. இஃது நெல்லளக்கும் அளவைக்கருவியாகும். இயற்கை ஈந்த நெல்லினைக் கொண்டு பொங்கல் படைத்து வழிபடும் நிலை இவ்விதம் கூறப்பட்டுள்ளது. நிலாச்சோறு பாடல்களில் பெரும்பான்மையான பாடல்களில் ஓலையக்கா என்னும் சொல் அதிக அளவில் பயன்படுத்தப்படுகிறது. பாடுபவர்களுக்கு ஓலையக்கா குறித்துத் தெரியவில்லை. முன்னோர்கள் பாடியதைப் பாடி வருகிறோம் என்ற பதில் மட்டுமே பெறப்பட்டது.

முடிவுரை

குமரலிங்கம் வட்டாரப்பகுதிகளில் வாழும் மக்கள் வேளாண்மைச் செயலில் ஈடுபட்டு வருவதோடு, அவர்களின் இறைவழிபாடுகளும் வேளாண்மை சார்ந்ததாக அமைந்துள்ளதை இக்கட்டுரை ஆராய்ந்துள்ளது. மேலும் விவசாயம் நொடிந்து வரும் இக்காலச்சூழலில் மரபைப் பின்பற்றி விவசாயம் செய்து வாழ்ந்தால் நலமா-னதொரு வாழ்க்கையை வாழலாம் என்பதை இக்கட்டுரை வலியுறுத்தியுள்ளது.

களப்பணியில் உதவியவர்கள்

1. திரு. கோ. கிருஷ்ணசாமி, வயது-64 (ஆய்வாளர், நிலஅளவைத்துறை-ஓய்வு)- பார்த்தசாரதிபுரம்.

2. திருமதி கி. பூங்கோதை, வயது-61- இல்லத்தரசி- பார்த்தசாரதிபுரம்.

3. திருமதி. பெ. மாரியம்மாள்- , வயது-85 விவசாயி- குமரலிங்கம்.

4. திரு. சங்குப்பிள்ளை, வயது-67-வியாபாரி, விவசாயி- குமரலிங்கம்.

5. திரு. மன்மதன், வயது-48- பூ வியாபாரி- கொழுமம்.

5

குமரலிங்கம் வட்டார நாட்டுப்புற வளங்களும் வழிபாடுகளும்

6

இலக்கியங்களில் மெய்ப்பாட்டியல் கோட்பாடுகள்

உலகில் வாழும் உயிரினங்கள் அனைத்தும் உணர்வுகளுக்குக் கட்டுப்பட்டவை. இவ்வுணர்வு உயிரினங்களின் வாழ்க்கையில் பல்வேறு வழிகளில் சூழலுக்குத் தகுந்தாற் போல சிற்சில சமயங்களில் மாறும் இயல்பு கொண்டது. மரம், செடி போன்ற தாவர வகைகள் பருவ காலச் சூழ்நிலைக்கேற்ப தம்மை தகவமைத்துக் கொள்வதைப் போல இடம்பெயரும் அஃறிணை உயிர்களும் மனித உயிர்களும் உணர்வுகளின் பிடியில் நின்று செயல்படுகின்றன. மற்ற உயிரினங்களைக் காட்-டிலும் அதிக அளவில் உணர்ச்சிகளுக்குக் கட்டுப்பட்டவனாக மனிதன் விளங்கு-கின்றான். அவ்வகையில் மனித உடலின் வாயிலாக வெளிப்படும் மெய்ப்பாடுகளை இலக்கியங்களின் வழி ஆராய்வதாக இக்கட்டுரை அமைகிறது.

மெய்ப்பாடுகள்- விளக்கம்

'மெய்' என்னும் சொல்லுக்கு உடம்பு, உண்மை எனப் பொருளுண்டு. மெய்ப்-பாடாவது, உள்ளத்தில் தோன்றும் உண்மையான உணர்வுகளை உடம்பின் வாயி-லாக வெளிப்படுத்துவதாக அமைகின்றது. மெய்ப்பாடு என்ற சொல்லை மெய்மை-ப்பாடு எனப் பிரிக்கலாம். மெய்மை என்பது உண்மை, பாடு என்பது தோற்றம், வெளிப்பாடு எனப்படுகிறது. உண்மைத்தோற்றம் மெய்ப்பாடு எனக்கூறின் சாலப் பொருந்தும். உள்ளத்தில் உள்ளதை மறைத்து உடலில் வேறு உணர்வைக்காட்டி-னால், அது மெய்ப்பாடாக அமையாமல், போலியாகக் கருதப்படும். தொல்காப்பியர் மனித உடலில் தோன்றும் மெய்ப்பாடுகள் குறித்து, 'மெய்ப்பாட்டியல்' என்ற ஓர்

இயலைத் தொல்காப்பியத்தில் அமைத்துள்ளார்.

மெய்ப்பாடு என்பதை மெய்+படு எனவும் பிரிக்கலாம்.'படு' என்ற வினைச்-சொல்'பாடு' என்ற முதனிலைத் திரிந்த தொழிற்பெயராகிறது. கண்டு, கேட்டு, உண்டு, உயிர்த்து, உற்றறிந்து ஐம்புலன்களும் பெறும் அகவுணர்வுகளைப் பிறருக்-குப் புலப்படச் செய்தலே மெய்ப்பாடாகும். உள்ளத்தில் தோன்றும் உணர்ச்சியும் உள்ளக்கிளர்ச்சியும் அவை உடலின்கண் பிறருக்குப் புலனாகுமாறு தோன்றுவதும் மெய்ப்பாடு எனச் செவ்வையாகக் குறிப்பிடலாம்.

மெய்ப்பாடு செய்யுள் உறுப்பினில் ஒன்றாக அமைகின்றது. மிகவும் ஆராய்ந்து உணர வேண்டாமல், பாடலைப் படித்தவுடனேயே வெளிப்படையாக வரும் பொருண்மையால் மெய்ப்பாடு தோன்ற முடிப்பது மெய்ப்பாடு என்னும் உறுப்பாகும். இதனைத் தொல்காப்பியர்,

" உய்த்துணர்வு இன்றித் தலைவரு பொருளான்
மெய்ப்பட முடிப்பது மெய்ப்பா டாகும்"
- (தொல்காப்பியம்- 1460)

என்ற நூற்பா வழி கூறியுள்ளார். செய்யுள் படைப்போர் மன உணர்வை அதனைச் சுவைப்பரும் பெறவேண்டும். உரையாசிரியர் இளம்பூரணர், " செய்யுட் செய்வார் மெய்ப்பாடு தோன்றச் செய்தல் வேண்டும் என்பது கருத்து" எனக் கூறு-கின்றார். செய்யுள் படிக்கும் போது கண்ணீரரும்பல், இரக்கம், நகை உள்ளிட்-டவை செய்யுளின் பொருளுக்கு ஏற்ப படிப்பவனின் உடலில் வெளிப்படவேண்டும் என்பது கருத்தாகும். பெரும்பாலும் நாடகத்தில் மட்டுமே மெய்ப்பாடு உண்டு எனக் கருதப்பட்டது. ஆனால், இலக்கியத்திற்கும் அஃது உண்டு என்பதை உரையாசிரி-யப் பெருமக்கள் தொல்காப்பியத்தின் வழி உலகிற்கு உணர்த்தினர்.

பசி, தாகம், பாலுணர்வு, உறங்குதல், விழித்தல் போன்றவை எல்லா உயினங்-களுக்கும் உள்ள பொதுவான உள்ளத்துள் எழும் அகத்தெழு உணர்வுகள் என்-றும், சுவை, ஒளி, ஊறு, ஓசை, நாற்றம் ஆகிய ஐந்தும் புறத்தாக்க உணர்வுகள் என்றும், தொல்காப்பியர் காட்டுவன உணர்ச்சிகள் உந்திய வெளிப்பாடு என்றும் சான்றோர் விளக்கியுள்ளனர்.

தொல்காப்பியரின் மெய்ப்பாட்டுக் கோட்பாடு தமிழ்த்திணை இலக்கிய மரபு வழிப்பட்டது எனலாம். " சுவை என்பது காணப்படும் பொருளால் காண்போர் அகத்தின் வருவதோர் விகாரம்" என்றும், மெய்யின்கண் தோன்றுதலின் மெய்ப்-பாடாயிற்று" என்றும் இளம்பூரணர் குறிப்பிட்டுள்ளார்.

" பண்ணைத் தோன்றிய எண்ணான்கு பொருளுங்
கண்ணிய புறனே நானான் கென்ப"
- - (தொல்காப்பியம் - 1195;)

நாடகங்களில் தோன்றும் 32 வகைமைகளும் தோன்றுவதற்கு எண்வகை மெய்ப்பாடுகளும் காரணமாக அமைகின்றன. காண்போன், காணப்படுபொருள், உள்ளக்குறிப்பு, உடம்பில் வெளிப்படல் என்னும் தன்மையில் அவை அமையும் என்பர்.

எண்வகை மெய்ப்பாடுகளும் சுவைகள் என்ற பெயரிலும் கூறப்படுகின்றன. மனிதனின் உணர்வுகளுக்கான நிலைக்களன்களாக இவை அமைகின்றன. உள்-ளத்தின் நிலைப்பாடுகளைப் புறத்தார்க்கு அறிவிப்பனவாக விளங்குகின்றன.

" நகையே அழுகை இளிவரல் மருட்கை

அச்சம் பெருமிதம் வெகுளி உவகை என்று

அப்பால் எட்டே மெய்ப்பாடு என்ப"

- (தொல்காப்பியம்- 1197)

அறுசுவைகள் நாவிற்குச் சுவை தருவது போல் எண்சுவைகள் உள்ளச் சுவை-களைக் குறிப்பிடுகின்றன. " பழகப் பழகப் பாலும் புளிக்கும்" என்னும் முதுமொ-ழியின்படி ஒரு சுவையே சிறப்பாகப் பேசப்படின் அஃது சுவைக்காது. ஏமாற்றம், அழுகை, வியப்பு, இன்பம் போன்ற பலவும் கலந்திருத்தல் தான் மனித உணர்வின் வெளிப்பாடு ஆகும்.

ஒரு மனிதனுக்குச் சிந்தனை ஓட்டத்தினை நல்க சோதனையே படிக்கல்லாக அமைகிறது. ஆழ்மனம் என்னும் அடிமனதில் இருக்கும் எண்ணங்களை சிலநே-ரங்களில் மனம் அடக்கி வைக்க முயன்று கொண்டேயிருக்கும். எனினும் உள்ள உணர்வை மெய்யில் தோன்றும் குறிகள் வெளிப்படுத்திவிடுகின்றன. இயல், இசை, நாடகம் ஆகிய மூன்றிலும் மெய்ப்பாடுகள் உண்டு. கற்றுத்தேர்ந்தவர்களால் மட்-டுமே இயற்றமிழின் சுவையை உணர இயலும். இசைப்புலமை உடையவர்களால் அதன் பல்வேறு பரிமாணங்களை உணர இயலும். நாடகத்தமிழின் ஆற்றலை அனைவராலும் உணரமுடியும்.

முன்பு கூறப்பட்ட மெய்ப்பாடுகளே அல்லாமல் வடமொழியில் சாந்தம் என்ற மெய்ப்பாடும் உண்டு. வடமொழிக்கேற்ப நடுவுநிலைமை என்னும் மெய்ப்பாட்டை தொல்காப்பியர் காலத்திற்குப் பின்னர் வந்தோர் கூறலாயினர். அவ்வகையில் ஒன்-பான் சுவை எனக் கூறப்பட்டது. எனினும் இச்சுவையை சிறப்புடையதாகக் கூற முடியவில்லை.

மெய்ப்பாடுகளுள் முதலாவதாக நகை கூறப்பட்டாலும் அழுகையே முதல் மெய்ப்பாடு எனக்கருத இடமுண்டு. ஒரு மனிதனின் பிறப்பிலிருந்து இறப்:பு வரை அழுகை தொடர்கிறது. பிறந்த குழந்தை தன் எண்ணவுணர்வை அழுகை என்னும் மெய்ப்பாட்டின் வாயிலாக உணர்த்துவதை சிந்தித்தால் எளிதின் புலனாகும். பிறந்த குழந்தையின் அழுகை அக்குழந்தையின் மன உணர்வு வெளிப்பாடு. ஒரு மனிதன் இறந்த பின்னர் அவனை நினைத்து அவனுக்காகப் பிறர் அழுகிறார்கள். இவ்வு-

ணர்வை வைத்து மெய்ப்பாடுகளை தன்னுணர்வு சார்ந்தது, பிறருணர்வு சார்ந்தது என இரண்டாகக் கூறலாம்.

ஆண், பெண் மெய்ப்பாடுகள்

ஆண், பெண் இருவரில் மெய்ப்பாடுகள் அதிக அளவில் பெண்கள் மூலமா-கவே வெளிப்படுகின்றன. பெண்களின் மெய்ப்பாடுகள் பல்வேறு சூழல்களில் பல்-வேறு மனவுணர்வுகளின் வழி புலனாகின்றன. தாலாட்டு, ஒப்பாரி, கும்மி போன்ற நிகழ்வுகளில் உள்ளுணர்வின் பிரதிபலிப்பை மிகுதியான அளவில் காணமுடிகிறது. நாட்டுப்புறங்களில் மெய்ப்பாடுகளை எளிதாகக் கண்டறியலாம்.

நாட்டுப்புற இலக்கியங்கள் அனைத்தும் மெய்ப்பாடுகளின் ஆளுமை மிக்கது எனக்கூறின் சாலப் பொருந்தும். எண்ணத்தூண்டல்களையும், அடக்கி வைக்கப்-பட்ட ஆளுமைகளையும் ஏதேனும் ஒரு வகையில் வெளிப்படுத்த, தக்கதொரு கருவியாக மெய்ப்பாடு அமைகின்றது. குறிப்பிட்ட சூழலில் தன்னை பாதிக்கக்கூ-டிய நிகழ்வுகளை மனிதன் வசைச்சொற்களாலும், செய்கைகளாலும் வெளிப்படுத்தி விடுகிறான்.

களவு வாழ்க்கையில் இயற்கைப்புணர்ச்சி, இடந்தலைப்பாடு, பாங்கற்கூட்டம், பாங்கிக்கூட்டம், பகற்குறி, இரவுக்குறி, அல்லகுறி, இற்செறிப்பு, வரைவு நீட்டிப்பு, வரைவு உணர்த்தல், வரைபொருட்பிரிவு, உடன்போக்கு போன்றவைகளும், கற்பு வாழ்க்கையில் பிரிவச்சமும் செலவழுங்கலும்;, பொருள்வயின் பிரிவு, பருவங்கண்-டழிதல், பொழுதும் கனவும் கண்டழிதல், தலைவியின் கழற்றெதிர்மறை, வினை-முற்றி மீளும் தலைவன் பாகனுக்குக் கூறல், பொருட்பிரிவுக்குப் பின் காதலர் சந்திப்பு போன்றவைகளும் மெய்ப்பாட்டிற்குரிய களன்களாகவும் வாயில்களாகவும் அடிப்படைகளாகவும் விளங்குகின்றன.

மெய்ப்பாட்டில் சொல்லாட்சி

அரியனவும் உயர்ந்தனவுமாகிய பொருள்களைக் கூற, சிறந்த சொற்களையே பயன்படுத்த வேண்டும். பக்தி இலக்கியமும் இவ்வகையினவே ஆகும்.

சங்கப்பாடல்கள் யாவும் தனித்தனிப் பாடல்களாக அமைந்தவையெனினும் உணர்ச்சி அடிப்படையில் அவற்றை ஒன்றாகக் கருதலாம். தலைவன், தலைவி ஆகியோரின் மெய்ப்பாடுகளேயன்றி தோழி, பரத்தை, நற்றாய், செவிலித்தாய், பாங்கன், பாங்கி போன்றோரின் மெய்ப்பாடுகளும் இடம்பெற்றுள்ளன. இதில் நீண்ட வருணனைகள் இடம்பெறுவதில்லை. எனினும், சுருங்கச் சொல்லி விளங்க வைத்-தல் எனும் இலக்கண மரபு பின்பற்றப்படுகிறது.

1;. சுவைப்பொருள் 2. நுகரும் பொறியுணர்வு 3. உள்ளத்தில் தோன்றும் குறிப்பு 4. புறத்தார்க்குப் புலனாகும் நிலை எனும் இவற்றின் முறையில் மெய்ப்பாடு அமைகின்றது.

ஆகப்பாடல்கள்

சங்கப்பாடல்களில் அகம், புறம் ஆகிய இருநிலைப் பாடல்களிலும் மெய்ப்பா-டுகள் உண்டு எனினும், அகப்பாடல்களுக்கு உரிய உணர்ச்சி நிலைகள் புறப்பா-டல்களுக்கு அமைவதில்லை. அதற்குரிய காரணங்களைப் பின்வருமாறு குறிப்பிட-லாம்.

1. தலைவன், தலைவி பெயர் சுட்டப்பெறாமை —— அகம்

2. போர் அனுபவம் அனைவருக்கும் அமைவதில்லை. மேலும் அதனை உணர உய்த்துணர்வு அவசியமாகிறது. —— புறம்

அகப்பொருளுக்கு அடிப்படையாக அமைவன: தலைவன் தலைவியின் கூடல், ஊடல்

அகவுணர்வுகளுள் சில பிறர்க்கு உணர்த்தத் தகாதனவாகவும், உணர்த்தக் கூடியதாய் இருப்பின் நேர்முகமாகக் கூறப்படாதனவாகவும் உள்ளன. நாகரீக உணர்வும், மரபும் இவற்றை உணர்த்துவதற்குத் தடை செய்யும். மேலும் நடப்பி-யலில் இவற்றை வெளிப்படுத்தி விட்டோமாயின் நம்மை பற்றிக் குறைமதிப்பீடு ஏற்படுவதற்குக் காரணமாக அமைந்து விடும் எனவும் கருதியிருக்கலாம்.

உணர்வுகளாலும் உணர்ச்சிகளாலும் உண்டாகும் உள்ளக்குமுறலை ஓரளவே-னும் குறைத்துக்

கொள்வதற்கு ஒரே வழி அவற்றை எவ்வாறேனும் வெளியிடுவதுதான். தலை-வனோ தலைவியோ

தன் நெஞ்சிற்கோ, மனிதனல்லாத பிற உயிரினங்களுக்கோ வெளிப்படுத்தினால் அக்குமுறல்

குறையும். இவற்றில் பிற உயிரினங்களிடம் வெளிப்படுத்தும் நிலை பாதுகாப்-பானதாக இருக்கும்.

புலவன் தான் கருதிய பொருளை வெளிப்படையாக உணர்த்துவதற்கு மேற்-கொள்ளும்

உத்திகளாக உவமை, உருவகம் உள்ளிட்டவைகள் அமைகின்றன. உள்ளத்து நிகழும் உணர்வுக் குறிப்புகளை வெளிப்படுத்துவதில் நாகரிக நோக்கும் கவிதை மரபும் காணப்படுகின்றன

களவியல் காட்டும் மெய்ப்பாடுகள்

தொல்காப்பியர் குறிப்பிடும் மெய்ப்பாடுகள் மெய்ப்பாட்டியல், களவியல் ஆகி-யவற்றில் இடம் பெற்றுள்ளன. மறைந்து நின்று தலைவனைக் காணுதல், தன்னை அவன் காணுமாறு நிற்றல், மிகுந்த காதலால் விடை கூறாது மழுங்கல், தலைவன் கெஞ்சுவான் போல் நெருங்குவதை மறுத்தல், மறுத்துப் பின் ஏற்று எதிர் கொள்-ளுதல், குற்றமற்ற குறுநகை சிறிது தோன்றுதல் என இவை ஆறும் முதல் புணர்ச்-சிக்கு முன் நிகழும் என இளம்பூரணர் சுட்டுவதாகத் தமிழண்ணல் கூறுகிறார்.

" மறைந்து அவற் காண்டல், தற்காட்டுறுதல்

நிறைந்த காதலில் சொல் எதிர் மழுங்கல்

வழிபாடு மறுத்தல், மறுத்து எதிர்கோடல்,

பழிதீர் முறுவல் சிறிதே தோற்றல்,

கைபட்டுக் கலங்கினும்...

அன்னவும் உளவே ஒரிடத்தான"

- - (தொல்காப்பியம-1057;)

என்னும் நூற்பாவிற்குரிய விளக்கமாக மேற்கண்ட ஆசிரியர் கூற்று இடம் பெற்றுள்ளது.

மேலும், " மெய்தொட்டுப் பயிறல்" எனத் தொடங்கும் களவியல் நூற்பாவில் இடம்பெறும்

இருநான்கு கிளவியும்" என்பது வரை உள்ள மெய்ப்பாடுகள் தலைவிக்குரியது எனலாம். தன்

உள்ளத்துள் தோன்றும் காம வேட்கையை தலைவன் முன் கூறுவது தலை-விக்கு இயல்பில்லை

பிறரைப் போன்றவள் தலைவி அல்லள். அதனால் அவளது உணர்வு புதுமண் பானையுள் பெய்து வைத்த நீர், புறம் பொசிந்து காட்டுவது போல வெளிப்படும் என்கிறார் தொல்காப்பியர். இதன்வழி தலைவி தன் வேட்கையை வாய்விட்டுச் சொல்லாள், மெய்ப்பாட்டால் மட்டுமே உணர்த்துவாள் என்பதை " புதுமண் பானையுள் பெய்து வைத்த நீர்" என்ற உவமையின் வாயிலாக அறியலாம்.

"தலைவன், தலைவி இருவரும் துலாக்கோலில் உள்ள இரு தட்டுகளுக்கு ஒப்-பாக அமைவர். நடுவு நிறுத்தும் கோலாக இருவரின் மெய்ம்மைகள் அமைகின்றன. மேலும் மெய்ப்பாடென்பது உள்ள உணர்வுகளை வெளிப்படுத்தும் புற உடற்குறியாக அமைகின்றது.

மெய்ப்பாட்டுக்குரிய தலைவன் தலைவியரின் ஒப்புமைகள்

தலைவன், தலைவியர் இருவருக்கும் பத்துவகைப் பொருத்தம் அமைய வேண்-டும் எனத் தொல்காப்பியர் குறிப்பிடுகின்றார். நல்ல பிறப்பினை உடையவராக விளங்க வேண்டும். நல்ல குடியில் பிறந்தவராக இருக்க வேண்டும். தலைவன், தலைவி இருவரின் ஆளுந்தன்மை ஒத்திருக்க வேண்டும். வயதுப் பொருத்தம் ஏற்றதாக அமைந்திருக்க வேண்டும். அஃதாவது, தலைவனை விட தலைவி வயது குறைந்தவளாக இருத்தல் அவசியம் ஆகும். பார்த்தவர்கள் கண்ணுக்கினிய சோடி எனக் கூறும் வகையில் உருவ அமைப்பும் ஒத்திருத்தல் அவசியமானதா-கும். மேலும் இருவரின் உணர்வு நிலைகளும் சரியானதாக, ஒப்புமையுடையதாக அமைய வேண்டும் எனத் தொல்காப்பியர் பின்வரும் நூற்பாவின் வழி குறிப்பிடு-கிறார்.

"பிறப்பே, குடிமை, ஆண்மை, ஆண்டொடு

உருவ, நிறுத்த காம வாயில்,

நிறையே, அருளே, உணர்வொடு, திருளன

முறையுறக் கிளந்த ஒப்பினது வகையே”

- (தொல்காப்பியம- 1219;)

சோதிடத்தில் திருமணத்தில் இணையும் தம்பதியருக்குப் பத்துவகைப் பொருத்-தம் பார்ப்பார்கள். அவை போன்றே தொல்காப்பியர் கூறும் பத்துவகை ஒப்புமைகள் அமைகின்றன. இவற்றை நோக்கின் பொருத்தம் இன்றியமையாதது புலப்படுகிறது.

வெள்ளைவாரணர் இப்பத்துப் பொருத்தமாகிய “ஒத்த பிறப்பும், ஒத்த ஒழுக்க-மும், ஒத்த ஆண்மையும், ஒத்த பிராயமும், ஒத்த உருவும், ஒத்த அன்பும், ஒத்த நிறையும், ஒத்த அருளும், ஒத்த அறிவும், ஒத்த செல்வமுமெனப் பத்துவகைய தலைமகளொப்பினது பகுதி” என்கிறார்.

இவையன்றி தலைவன், தலைவியரிடம் இருக்கக்கூடாத குணங்களையும் தொல்காப்பியர் பத்துவகையாகக் குறிப்பிட்டுள்ளார்.

அழுகை

உள்ளத்தில் தோன்றும் உணர்வுகளை உடம்பின் வாயிலாக உணர்த்துவதில் நகைக்கும் மேலாக கண்ணீரே முதலிடம் பிடிக்கிறது. நகை உணர்வு பிறரால் கவனிக்கப்படுவதை விட அழுகை உணர்வு கவனிக்கப்படுகிறது. இக்கண்ணீர் இன்பத்தின்போது ஆனந்தக்கண்ணீர் என்றும் துன்பத்தின்போது அழுகை என்றும் அழைக்கப்படுகிறது.

தொல்காப்பியர் குறிப்பிடும் “அழுகை” துன்பத்தைக் குறிப்பதாகவே அமை-கின்றது. பிறர் தன்னை எளியனாக்கும்போதோ, நெருங்கிய உயிர் உறவை இழக்கும்போதோ, தன்னிலையில் கீழாகும்போதோ, வறுமையின்போதோ அழுகை வெளிப்படும் என்பர். மேலும் ஆற்றாமை மிகும்போதும் அழுகை வெளிப்படுகின்-றது.

“ முட்டுவேன்கொல், தாக்கு வேன்கொல்,

ஓரேன் யானும்ஓர் பெற்றி மேலிட்டு

ஆஅ ஒல் எனக் கூவு வேன்கொல்?

அலமரல் அசைவளி அலைப்பளன

உயவுநோய் அறியாது துஞ்சும் ஊர்க்கே”

- (குறுந்தொகை-28)

தலைவியொருத்தியின் அடிமனதில் தோன்றிய அடக்கிவைக்கப்பட்ட காம-நோய் வெளிப்பட்டு விடுகிறது. அச்சம், மடம், நாணம், பயிர்ப்பு என்ற எல்-லையைத் தாண்டி ஆட்டிப்படைக்கிறது. துயர் நிலையை வாய்விட்டுக் கூறுவதன் வாயிலாக ஒரளவு ஆறுதல் நிலையை அடையலாம் எனத் தலைவி கருதுவதாகக் கொள்ளலாம். பிறரிடம் வெளிப்படுத்த முடியாத சூழலில் தனக்குத் தானே பேசிக்-

கொள்ளும் மனநிலை வெளிப்பட்டு விடுகிறது.

பிறர்க்குக் கிடைத்த உறக்கும் தனக்குக் கிடைக்கவில்லையே என்ற எண்ணம் தலைவியின் மனதில் ஆழமாகப் பதிந்து விட்டது. தலைவனைப் பிரிந்த மனநிலை தன்னைத் தானே தண்டித்துக் கொள்ளவும், பிறரை தண்டிக்கவும் தோன்றுகின்ற மனநிலையை உருவாக்கிய தன்மையை அறியமுடிகிறது. வெறி பிடித்தவளாகப் பிறர் தன்னைப் பற்றி எப்படி நினைப்பார்கள் என்பதைப் பற்றி கவலை கொள்ளாத தன்மையை தலைவியின் கூற்று வெளிப்படுத்துகிறது.

ஆற்றாமையைப் புலப்படுத்தும் இக்கூற்றில் வெகுளி, அரற்று, பிணி(இளி-வரல்), கண்துயில் மறுத்தல் என்னும் மெய்ப்பாட்டுக் காரணிகள் அழுகையை நிலைக்களனாகக் கொண்டு தோன்றியுள்ளன. பாலுணர்வு தலை தூக்கியிருத்தலின் காரணமாக இத்தகைய மெய்ப்பாடுகள் தோன்றுகின்றன என உளவியல் அடிப்-படையில் கூறலாம்.

" வாராக்கால் துஞ்சா; வரின்துஞ்சா; ஆயிடை

ஆரஞர் உற்றன கண்"

- (திருக்குறள்- 1179)

என்னும் இக்குறட்பா தலைவியின் கூற்றாக அமைந்துள்ளது. காதலர் வராதி-ருக்கும்போது கண்ணானது அவரது வரவு நோக்கி வழிமேல் விழிவைத்துத் தூங்கா, அவர் வந்த பின்போ மீண்டும் பிரிதலஞ்சித் தூங்கா. இவ்விரு நிலைமையிலும் பொறுத்தற்கரிய துன்பத்தினை கண் அடைவதைத் தலைவி உணர்த்துகிறாள்.

தேவைகளின் பிறப்பிடம்

ஒவ்வொரு மனிதனின் மனமும் தேவைகளின் பிறப்பிடம் ஆகும். இவற்றை அத்தியாவசியத் தேவைகள், அனாவசியத் தேவைகள் என்ற இருபெரும் பிரிவுக-ளின் கீழ் அடக்கலாம்.

தேவைகளில், 'அத்தியாவசியத் தேவை' என்பது உயிர்வாழ்வதற்கு இன்றிய-மையாத காரணியாக அமைவதாகும். சுருங்கக் கூறின் இவையின்றி மனிதன் வாழ இயலாது எனக் கருதப்படும் இன்றியமையாத தேவைகள் எனக் கூறலாம். 'அனா-வசியத் தேவை' என்பது ஆடம்பரத் தேவைகளைக் குறிப்பதாகும்.

பெண்ணுக்கு ஆணும், ஆணுக்குப் பெண்ணும் தேவையானவராகின்றனர். தலைவிக்குத் தலைவன் அருகிலேயே இருக்கவேண்டும் என்ற எண்ணம் எழுகி-றது. தலைவனுக்கும் தலைவியோடு இருக்க வேண்டும் என்ற எண்ணம் எழும். எனினும், இன்றியமையாத தேவைகளைப் பூர்த்தி செய்து கொள்ளப் பொருள் அடிப்படையாக அமைகின்றது. அதனால் பிரிவும் ஏற்படுகிறது. " புரியாத பிரியம்; பிரியும் போது பிரியும்" என்பதற்கேற்ப தலைவன், தலைவி இருவரின் எண்ணத்-தூண்டல்கள் மெய்ப்பாட்டிற்கு அடிப்படைத் தேவையாகக் கொள்ளப்படும் மனதின்-பாற்பட்டதாக அமைகின்றன.

தலைவனின் மனநிலையைத் தலைவியும், தலைவியின் மனநிலையைத் தலை-வனும் உணர்வதற்குரிய ஏது அமையவில்லை. இச்சூழலில் 'பிரிவாற்றாமை' என்னும் மெய்ப்பாட்டுக் காரணி, இருவரின் அன்பு மிகுதியைப் புலப்படுத்துவதற்குரிய மூலமாக அமைகின்றது எனலாம். தேவை என்பது ஓர் இலக்கை நோக்கமாகக் கொண்டு செலுத்தும் எந்தவொரு பயனுள்ள செயலையும் குறிக்கும் என்பர்.

உளவியல் அறிஞர் மாஸ்லோ, மனிதனின் தேவைகள் ஆறு படிநிலைகளைக் கொண்டவை என்றும், அவை கீழிருந்து மேலாகக் கொஞ்சம் கொஞ்சமாக முன்-னேறி மேனிலையாக்கம் பெறும் உச்சகட்டத்தை அடையும் என்று கூறுகிறார். அவை,

" 1. உடலியல் தேவைகள் 2. பாதுகாப்புத் தேவைகள் 3. அன்பு-உரிமைத் தேவைகள் 4. தன்மதிப்புத்தேவைகள் 5. அடைவூக்கத் தேவைகள் 6. அழகுணர்த் தேவைகள் 7. தன்நிறைவுத் தேவைகள்" (கல்வி உளவியல்- பேராசிரியர் கி. நாகராஜன் ப- 300) என்பனவற்றை அளவீட்டு முறையில் குறிப்பிட்டுள்ளார்.

மாஸ்லோ குறிப்பிடும் தேவைகள் மெய்ப்பாட்டியலோடு மிகுதியான தொடர்-பினை உடையவை ஆகும். தலைவன் இல்லாத சூழலில் பசி, உறக்கம் இன்மை இவற்றைக் களையும் தேவைகளைப் பற்றித் தலைவி கவலை கொள்வதில்லை. தலைனைப் பற்றிய சிந்தனை கொண்டவளாக மட்டுமே விளங்குகிறாள்.

நெஞ்சுக்குச் சொல்லும் கூற்றுகளில் மெய்ப்பாடுகள்

பிறரிடம் கூறமுடியாதவற்றை தன் மனதிற்குள் கூறிக் கொள்ளுதல் நெஞ்சுக்குச் சொல்லுதல் ஆகும். தலைவன் கூற்றுகளே பெரும்பாலும் நெஞ்சுக்குச் சொல்லு-வதாகச் சங்கப் பாடல்களில் அமைந்துள்ளன.

தலைவன் இரவுக்குறியை வேண்டுகிறான். அச்சூழலில் தலைவியும் தோழியும் மறுக்கவே ஆற்றாமையினால் தலைவன் தன் நெஞ்சுக்குக் கூறுவதாகப் பாடல் அமைந்துள்ளது.

" நல்லுரை இகந்து புல்லுரை தாஅய்ப்
பெயல் நீர்க்கு ஏற்ற பசுங்கலம் போல
உள்ளம் தாங்கா வெள்ளம் நீந்தி
…
மகவுடை மந்தி போல
அகன் உறத் தழீஇக் கேட்குநர்ப் பெறினே"
- (குறுந்தொகை- 29)

தலைவன் தலைவியின் மீது கொண்ட அதீதக் காதல் உணர்வின் காரணமா-கவும், தன் ஆசை நிறைவேறாத காரணத்தாலும் தன் நெஞ்சிடம் , நல்ல உரை-களைக் கேளாமல் பயனற்ற சொற்களைப் பற்றிக் கொண்டு மழைநீரின் எதிரில் வைக்கப்பட்ட சுடாத பச்சை மண்பானை கரைந்தது போலானாய், உள்ளத்தால்

ஆசை கொண்ட நீ உயர்ந்த மரத்தின் கிளையில் சிறுகுட்டியால் தழுவப் பெற்ற பெண் குரங்கு போல, உன் துயரத்தை மனதில் பொருந்தி ஏற்றுக் கொண்டு கேட்-டுத் தீர்த்து வைப்பவரைப் பெறுவாயாயின், உன் மனப்போராட்டம் மிகவும் பெரு-மையுடையதாகும் என்கிறான்.

'சுடாத பச்சை மண்பானை போல' என்ற உவமை தலைவனின் 'கையறவு-ரைத்தல்', 'வருத்தம்' என்னும் மெய்ப்பாடுகளாக அமைந்துள்ளன. தலைவி தன் வேட்கையை தலைவன் முன் வாய்விட்டுச் சொல்ல மாட்டாள்; மெய்ப்பாட்டால் மட்டுமே உணர்த்துவாள் எனவரும் களவியல் நூற்பாவில் தொல்காப்பியர்,

" தன்னுறு வேட்கை கிழவன்முன் கிளத்தல்

எண்ணுங் காலைக் கிழத்திக்கு இல்லை,

பிறநீர் மாக்களின் இன்றிய ஆயிடைப்

பெய்ந்நீர் போலும் உணர்விற்று என்ப"

- (தொல்காப்பியம்-1064)

'பிறநீர் மாக்களின் இன்றிய ஆயிடைப் பெய்ந்நீர் போலும் உணர்விற்று என்ப' என்பது தலைவியின் காம வேட்கை, ' புதுமண் பானையுள் பெய்து வைத்த நீர் புறம் பொசிந்து காட்டுவது போலும்' என அமைகின்றது. இஃது தலைவன் நெஞ்-சோடு சொல்லுதலில் உவமை கூறியதோடு பொருத்தப்பாடுடையது எனலாம்.

திருவள்ளுவர், வினைத்தூய்மை என்னும் அதிகாரத்தில், பசுமண் கலத்துள் நீர் பெய்து வைத்தலை வஞ்சனைக்கு உதாரணமாகக் கூறியுள்ளார்.

" சலத்தாற் பொருள்செய்தே மார்த்தல் பசுமண்

கலத்துள்நீர் பெய்திரீஇ யற்று"

- (திருக்குறள்- 660)

வஞ்சனை என்பதும் மனதுள் பொதிந்து வைத்த உணர்வு என்பது இதன்வழி புலப்படும்.

இல்வாழ்க்கைக்கு இன்றியமையாத பொருளை நாடிச் செல்ல மனம் விரும்-புகிறது. அதே சூழலில் தலைவியைப் பிரியவும் மனம் மறுக்கிறது. 'இருதலைக் கொள்ளி எறும்பு போல' தலைவனின் நிலை அமையும் உணர்வினைப் பின்வரும் பாடல் குறிப்பிடுகின்றது.

" ஈதலும் துய்த்தலும் இல்லோர்க்கு இல் எனச்

செய்வினை கைம்மிக எண்ணுதி அவ்வினைக்கு

அம்மா அரிவையும் வருமோ?

எம்மை உய்த்தியோ? உரைத்திசின் நெஞ்சே"

- (குறுந்தொகை 63)

' ஈதலும் துய்த்துலும் .இல்லோர்க்கு இல்' என்னும் தொடர் பழமொழி போல் அமைந்துள்ளது. இத்தொடரின் ஆழ்ந்த பொருளாக இன்பத்தை வழங்கும்

பொருளே பிரிவை ஏற்படுத்தும் காரணியாக அமைவதை உணரலாம். இப்பாடலில் பிரிவாற்றாமை வெளிப்பட்டுள்ளது.

இதே கூற்றினை பிரதிபலிக்கும் வண்ணம் அகநானூற்றில் நெஞ்சுக்குச் சொல்-லுதல் முறையினில் இன்னொரு தலைவனின் கூற்று அமைந்துள்ளது.

" இருள்படு நெஞ்சத்து இடும்பை தீர்க்கும்

அருள்நன்று உடையர் ஆயினும், ஈதல்

பொருள்இல் லோர்க்கு அஃது இயையாது ஆகுதல்

யானும் அறிவென் மன்னே...."

- (அகநானூறு-335)

இலக்கிய மாந்தர்கள் தம் உள்ளத்தில் தோன்றும் உணர்வுகள் அனைத்தையும் அனைவரிடமும் வெளிப்படுத்துவர் எனக் கூறவியலாது. தம் உணர்வைக் கேட்-போரின் மனநிலை, சூழல், சமுதாயப் பின்னணி ஆகியவற்றிற்கு ஏற்ப பேசுவோர் தம் உணர்வுகள் சிலவற்றை உரையிலும் மெய்ப்பாட்டிலும் வெளிப்படுத்துகின்றனர்.

பெண்டிர் தம் மனக்குறையை அழுகையின் வாயிலாக வெளிப்படுத்துவர். ஆடவரால் இவ்வாறு வெளிப்படுத்த முடிவதில்லை. இச்சூழலில் நெஞ்சுக்குச் சொல்லுதல் நிகழ்கின்றது. ஒவ்வொரு மனிதனும் கவலை, அச்சம் ஆகியவற்றிலி-ருந்து தன்னைக் காப்பாற்றிக் கொள்ளப் பல தற்காப்பு முறைகளைக் கையாள்கி-றான். அவ்வகையில், ' நெஞ்சுக்குச் சொல்லுதல்' கவலையைப் போக்கிக் கொள்ள அருமருந்தாக அமைகின்றது.

மெய்ப்பாட்டின் இயற்கை உளவியலொடு நிலையல்

மெய்யெழுத்துகளின் தோற்றம் குறித்து தொல்காப்பியர், புள்ளியொடு நிலைத்-திருப்பதே மெய்யெழுத்துகள் என்கிறார். அதைப் போன்றே, ' மெய்ப்பாட்டின் இயற்கை உளவியலொடு நிலையல்' எனக் கூறின் சாலப் பொருந்தும்.

" மன உளவியல் அடிப்படையில் நோக்கின், தலைவனிடத்து இல்வாழ்வு நுகர்ச்சியின் ஈர்ப்பும், உள்ளன்பும், மன ரீதியாக உடலியல் சார்ந்த உணர்வையும் அகத்தளவில் தலைவியால் வெளிக்கொணரமுடியவில்லை. காரணம், கற்பியல் வாழ்வில் எப்பொழுதும் புறநிகழ்வு உணர்ச்சிகள் உளவியல் செயல்பாடுகளாலும் மரபுகளாலும் கட்டுப்படுத்தப்படுகின்றன" என்பர். (குறுந்தொகை ஆய்வுக்-கோவை, இரா.ஜெகதீசன், (ப.ஆ.) ப. 828)

சமுதாய வழக்கங்கள் உள்ளத்தின் இயல்பை மிகுதியாக பாதிக்கும் ஆற்றல் கொண்டவை. நெடுங்காலமாகச் சமுதாயத்தில் பழக்கமாக இருப்பவை மனதை அழுத்தமாகப் பற்றிப் பிடித்து இயற்கையான மனவுணர்வு போன்று விளங்கும். கணவனைத் தெய்வமாகக் கொண்டாடும் சமுதாயத்தில். " தெய்வத்தைத் தொழா-மல் கொழுநனைத் தொழ வேண்டும்" என்பது சமுதாயக் கொள்கையின் இறுக்-கத்தால் ஏற்பட்ட மன இயல்பாகும். சங்க இலக்கிய அகவாழ்வில் விளக்கப்படும்

களவு, கற்பு ஆகிய ஒழுக்க நெறிகள் சமுதாயக் கட்டுப்பாட்டு உளவியல் சிந்-
தனை கொண்டு காணத்தக்கவையாகும்.

வினையே ஆடவர்க்கு உயிர் என்பதும், இல்லத்தில் உறைந்திருக்கின்ற
மகளிர்க்கு ஆடவரே உயிர் எனக் கருதும் போக்கும் தலைவன், தலைவியின்
உளநிலையை வெளிப்படுத்துவன ஆகும்.

உடன்போக்கு மேற்கொள்ளும் காலத்தில் தலைவன், தலைவியைப் பேணுவதில்
மிகுதியான அக்கறை கொள்கிறான். இல்லற வாழ்வில் இன்பத்தைக் கணவனுக்கு
அளித்து, துன்பத்தைத் தாமே தாங்கிக் கொள்வது தலைவியின் உளப்பாங்காகும்.
இல்வாழ்க்கையில் மெய்ப்பாட்டியல் உளவியலோடு ஒன்றிணைந்து உருப்பெற்றது
எனக் கூறலாம்.

' பேசும் தெய்வம்' என்னும் திரைப்படத்தில் ஒரு பெண் குழந்தையை வைத்து
மனிதனின் உணர்வு நிலைகளைப் படம் பிடித்துக் காட்டியுள்ளனர். ஆறு மாதமு-
டைய குழந்தை தன்னைப் போலவே கிடக்கும் மரபொம்மையை வைத்து விளை-
யாடுகிறது. சில மாதங்கள் கழித்து அமர்ந்து கைதட்டும் நிலைக்குக் குழந்தை
வளர்ந்து விட்டது. இப்போது அம்மர பொம்மையை வீசிவிட்டு கைதட்டும் பொம்-
மையை விரும்புகிறது. அடுத்த கட்ட வளர்ச்சியி;ல் குழந்தை நடந்து ஓட ஆரம்-
பிக்கிறது. இப்போது கைதட்டும் பொம்மையை வேண்டாம் என்று ஒதுக்கி விட்டு
ஓடுகின்ற இரயில் பொம்மையை விரும்புகிறது. அடுத்தகட்ட நிலையில் தனித்துச்
செயல்படத் தொடங்கியதும் இரயில் பொம்மையை வேண்டாம் எனத் தள்ளிவிட்டு
தோழிகள் பட்டாளத்துடன் விளையாடும் நிலையில் மனநிலை அமைந்து விடுகி-
றது.

பருவம் அடைந்த நிலையில் தோழிகளையும் வேண்டாம் என்று கூறி தனிமை-
யில் இருக்க ஆரம்பி;க்கிறாள் அப்பெண். இஃது காதல் நிலையினைத் தலைவி
அடைந்து விட்டதைப் பறைசாற்றுகிறது. இதன் வழி ஒரு காலத்தில் நம்மை மகிழ்-
வித்த உணர்வு காலம் செல்லச் செல்ல மாறுதலடையும் என்பதையும் உடலில்
மாற்றம் ஏற்படினும் வயதுக்கேற்ற விருப்ப உணர்ச்சியி;ல் மாற்றமிராது என்பதையும்
இதன்வழி அறியலாம்.

மடலேறுதல்- இளிவரல் மெய்ப்பாடு

தலைவனின் துன்ப உணர்வுகள் பல நிலைகளில் வெளிப்படுகின்றன. தலைவி-
யைக் காண தோழி மறுத்த போது, தலைவியின் ஊடல் அகலாத போது, இரவுக்-
குறி மறுக்கப்படும் போது தலைவனுக்கு வருத்த மிகுதி ஏற்படுகின்றன. வருத்தத்-
தின் உச்சநிலையாக, 'மடலேறுவேன்' எனத் தலைவன் கூறுதல் நிகழ்கின்றது.

தலைவியைப் பெற இயலாது என்னும் சூழலில் தலைவன் உயிர்விட முற்ப-
டுதலே மடலேறுதல் ஆகும். காதல் கைகூடப் பெறாதவர்கள் தற்கொலை செய்து
கொள்வதாகக் கூறுதல் இதன்பாற்படும். பனங்கருக்கினால் குதிரை செய்து, எருக்-

கம் பூ மாலையணிந்து, பனங்கருக்கில் தலைவியின் பெயரையும் எழுதி பல்லோர் கூடும் இடத்தில் நின்று உயிர்விடத் துணிதலாகும். 'மடலேறுவேன்' எனத் தலை- வன் கூறுவான், ஆயின் மடலேறி உயிர் துறந்தவர்கள் பற்றிய குறிப்பொன்றும் இல்லை.

தலைவன் தனக்காக உயிர்விடவும் தயாராக இருக்கிறான் என்பதையறிந்து தலைவி காதலுக்கு உடன்பட்டுவிடுவாள். ஆதலின் மடலேறுதல் நிகழாது எனக் கூறலாம். குறுந்தொகையில் தலைவன் கூற்றாக வரும் 14, 17, 32, 173, 182- ஆம் பாடல்களில் மட்டும் மடலேறுதல் பற்றிய செய்திகள் இடம்பெற்றுள்ளன.

தலைவியின் பெற்றோர் திருமணம் செய்து தர மறுத்தாலோ, தலைவி தன் காதலை ஏற்க மறுத்தாலோ தலைவன் இங்ஙனம் அச்சுறுத்துவான். இம்மடலேறு- தல், ' வருத்தம் ' என்னும் பயனற்ற முயற்சிகளால் இளிவுறுதல், மானம் இழத்த- லால் இளிவுறுதல் என்ற மெய்ப்பாட்டின் பாற்படும். தலைவனுக்கு மட்டுமேயன்றி தலைவிக்கும் இஃது இளிவேயாகும்.

தலைவியை மணம் செய்து வைக்கக் கேட்ட வேண்டுகோளைத் தோழி மறுத்- தல் சூழலில் தலைவன் கூற்று பின்வருமாறு அமைகிறது.

" அமிழ்து பொதி செந்நா அஞ்ச வந்த

...

நல்லோள் கணவன் இவன் எனப்

பல்லோர் கூற, யாம் நாணுகம் சிறிதே"

- (குறுந்தொகை-14)

அமிழ்தத்தைப் பொதிந்து வைத்தாற்போன்ற சிவந்த நாக்கு அஞ்சும்படி தோன்றி வரிசையாய் இலங்கும் கூரிய பற்களையுடைய சில சொற்களை மட்டும் பேசும் தலைவியை நான் பெறுவேனாக, நான் அவ்வாறு பெற்றதை இவ்வூர் அறி- யட்டும், நாற்சந்தியில் இந்த நல்ல பெண்ணின் கணவன் இவன் எனப் பலரும் கூறக்கேட்டு நான் வெட்கப்படுவேன் என்கிறான். தலைவன் இவ்வாறு கூறுவ- தைக்கேட்டு தோழி மனம் மாறுவாள் எனத் தலைவன் கருதுகிறான். இது உளவி- யல் சார்ந்தது. இஃது தன்னைத் தானே இழிவுபடுத்துக் கொள்ளுதல் நிலையில் அமைந்துள்ளது.

பரத்தையர் கூற்றுகளில் உணர்வுநிலைகள்

பரத்தையரில் இற்பரத்தை, காதற்பரத்தை, பரத்தை என்ற மூவகையினரின் கூற்றுகள் குறுந்தொகையில் இடம்பெற்றுள்ளன. குறுந்தொகையின் எட்டாம் பாட- லில் தலைவன் தலைவியின் பேச்சைக் கேட்கும் ஆடிப்பாவை என்கிறாள் பரத்தை. மேலும் தலைவனின் மனைவியான தலைவியை, தலைவனின் புதல்வன் தாய் எனக் கூறுகிறாள். இதன்வழி தன் புதல்வன் தலைவனின் புதல்வனாகக் கரு- தப்படமாட்டானோ? என்ற ஏக்கம் அச்சொல்லில் புதைத்திருப்பதை அறியமுடிகி-

ரது. மற்றொரு பாடலொன்றில் தலைவன் மீது தான் மிகுந்த பற்றுக் கொண்டவள் என்ற மீஉயர் மனப்பான்மை பரத்தையின் கூற்றில் வெளிப்பட்டுள்ளது.

"••• தான் அஃது
அஞ்சுவது உடையளாயின் வெம்போர்
நுகம்படக் கடக்கும் பல்வேல் எழினி
முனைஆன் பெருநிரை போலக்
கிளையொடும் காக்கதன் கொழுநன் மார்பே"
 - (குறுந்தொகை-80)

கூந்தலில் ஆம்பல் பூக்களை நிரம்பச் சூடிக்கொண்டு வெள்ளம் பெருகிய நீரா-டும் பகுதியில் புனலாடுதலை விரும்பி அங்கு செல்கிறோம். தலைவனும் நானும் இச்செயலினை மேற்கொள்வதால் தலைவி அஞ்சுவாள், வேண்டுமானால் பல வேற்படைகளையுடைய எழினி, தன் போர்முனையில் பெரிய ஆநிரைக் கூட்டத்-தைக் காத்தது போலத் தன் கணவன் மார்பைத் தன் சுற்றத்தினருடன் வந்து காத்-துக்கொள்க என்கிறாள்.

தலைவனுடன் புனலாடுதலை மேற்கொள்ளுதல் 'விளையாட்டு' என்னும் உவகை மெய்ப்பாட்டினுள் அடங்குகிறது. மேலும் தலைவி தன் சுற்றத்தாருடன் வந்து தலைனை மீட்டுக் கொள்ளட்டும் என்ற இடத்தில் 'எள்ளல்' நகையுணர்வு ஏற்படுகிறது. தலைவன் எதுவாயினும் என் விருப்பப்படியே நடப்பான் என்ற 'பெரு-மித' உணர்வு நிலையும் பரத்தையின் பேச்சில் வெளிப்பட்டுள்ளது.

காதற்பரத்தையின் கூற்றில் உள்ளுறை வெளிப்பட்டுள்ளது. சமூகத்தில் ஒதுக்-கப்பட்ட பெண்களாகக் கருதப்படும் பரத்தையர் தம் உணர்வு நிலைகளை வெளிப்-படையாகக் கூறாமல் வேறொன்றின் வாயிலாக வெளிப்படுத்துகின்றனர்.

"••• குன்றூர்க் குணாது
தண்பெரும் பவ்வம் அணங்குக தோழி
மனையோள் மடமையின் புலக்கும்
அனையேம் மகிழ்நற்குயாம் ஆயினம் எனினே"
 - (குறுந்தொகை-164)

தலைவனின் மனைவி தன் அறியாமையால் எம்மை வெறுக்கின்றாள். அவள் வெறுக்கும் அளவுக்கு நாங்கள் எந்தக் குற்றமும் செய்யவில்லை. மாம்பழம் தானே வந்து நீர்நிலையில் விழ வாளைமீன் அதைக் கவ்வியது. இது வாளைமீனின் குற்-றமன்று என உள்ளுறையாகக் கூறுகிறாள். காதற்பரத்தை கூறும் மாம்பழம் தலை-வன் ஆவான். வாளைமீன் எனத் தன்னைக் குறிக்கிறாள். மேலும் மீனானது பழத்-தைக் கவ்வியதே தவிர தனக்குச் சொந்தமாக்கிக் கொள்ளவில்லை என்ற குறிப்பும் தென்படுகிறது.

பரத்தையர்கள் சமூகத்தில் மதிப்புடன் நடத்தப்படும் குடிமக்களைப் போல் வாழ வேண்டும் என்னும் எண்ணம் கொண்டவர்களாக விளங்குகின்றனர். எனினும் சமூக ஏற்றத்தாழ்வு நிலையால் அவர்களின் உணர்வு கனவு நிலையோடு நின்று, நனவு நிலையை அடையாமல் போய்விட்டது. தலைவி காட்டும் அன்பை விட பரத்தை காட்டும் அன்பு சிறப்புடையதாகப் புலப்படுகிறது.

பிறர் கூறும் பழிச்சொற்களைச் சுமக்கும் பாரத்தை உடையவளாகப் பரத்தை வாழ்ந்திருக்கிறாள். பாரத்தைச் சுமக்க முடியாமல் வெளிப்படும் கண்ணீர் போல, தங்களைத் தாங்களே தேற்றிக்கொள்ள உதவுவனவாகப் பரத்தையரின் கூற்றுகள் இடம் பெற்றுள்ளன. இப்பெண்களைப் பரத்தை எனக்கூறாமல் பிறரின் பழியைச் சுமப்பதால்,' பாரத்தை' எனக் கூறலாம். தலைவியோ,பிறரோ சாடாமல் தானாகவே பரத்தை கூற்றுகள் இலக்கியங்களில் இடம்பெற்றுள்ளதாகத் தெரியவில்லை.

மெய்யே என்றல்

பொய்யை மெய்யென மயங்குதல், ' மெய்யே என்றல்' என்னும் மெய்ப்பாடா-கும். ஒருவர் மீது வைத்திருக்கும் மீதூர்ந்த நம்பிக்கையின் வெளிப்பாட்டு நிலை இதுவாகும்.

தலைவன் பருவங்கூறி விரைவில் வருவேன் எனக் கூறிச் சென்றான். தலை-வன் குறித்த பருவத்து நிகழ்வுகள் நடைபெறுகின்றன. இஃது இயற்கையான ஒன்று, ஆயினும் தலைவன் மீது கொண்ட நம்பிக்கையால் மெய்யான இயற்கை-யைப் பொய்யாகவும், குறித்த காலத்தில் வருவேன் எனப் பொய் கூறிச் சென்ற தலைவன் கூற்றை மெய்யெனவும் தலைவி கருதுகிறாள்.

"...

... புதுப்பூங் கொன்றைக்

கானம் கார் எனக் கூறினும்

யானோ தேறேன் அவர் பொய்வழங் கலரே"

- (குறுந்தொகை- 21)

கார் காலத்தில் திரும்பி வருவேன் எனத் தலைவன் கூறிச் சென்றான். வண்-டுகள் தன்னைத் தேடி வருமாறு செறிந்து நீண்டு பூத்துள்ள மலர்க்கொத்துகளைத் தழைகளிடையே கொண்டு விளங்கும் புதிய பூக்களால் கொன்றைமரம் பொன்னாற் புனைந்து செய்த அணிகலன்களைத் தலையில் சூட்டியுள்ள மகளிரின் கூந்தல் போன்று காட்சியளி;க்கும். அத்தகைய கொன்றை மலர்கள் நிறைந்ததைக் காட்டிக் கார்ப்பருவமே என்று கூறினாலும் நான் நம்ப மாட்டேன். என்னுடைய தலைவர் பொய்கூற மாட்டார் என்கிறாள் தலைவி.

தலைவியின் தெளிந்த மனவுறுதியைக் காட்டுவதாகப் பாடல் அமைந்துள்ளது. உளவியல் அடிப்படையில் நோக்குகையில் தன் மனதைத் தானே தேற்றிக் கொள்-வதாக இஃது அமைகிறது. தலைவனை, ' நின்ற சொல்லராகவே' கருதும் மனப்-

பான்மை புலப்படுகிறது.

தலைவனின் வரவினை உணர்ந்து, ' நம்பெருமான் நமக்கு அன்பிலன்" என்-
கிறாள் தோழி. இதைக் கேட்ட தலைவியால் பொறுத்துக் கொள்ள இயலவில்லை.

மிளகுக் கொடி செழித்து வளரும் பக்கமலைகளில் தளிரைத் தின்னும் குரங்கு-
கள் கூட்டம் கூட்டமாகச் சேர்ந்திருக்கும் பெரிய மலைநாடனாகிய நம் தலைவன்
பழகுதற்கு இனியன் ஆவான். அதன் காரணமாக நமக்கு உறவானவர்கள் ஏற்ப-
டுத்தும் துன்பத்தை விட எல்லோராலும் இன்பம் தரக்கூடியது எனக் கருதப்படும்
தேவருலகம் இனிமையுடையதாகுமோ? என்கிறாள்.

"...

... இனத்தின் இயன்ற

இன்னா மையினும் இனிதோ,

இனிதெனப் படூஉம் புத்தேள் நாடே? "

- (குறுந்தொகை- 288)

நமக்குப் பிரியமானவர்களால் ஏற்படும் துன்பம், இன்பத்தைவிட இருமடங்கு
மேலானது எனத் தலைவி கூறுவது, தோழி கூறும் தலைவனின் பொய்ம்மையை
மறுப்பதாக அமைந்துள்ளது. இதே கருத்தை அடியொற்றி அகநானூற்றிலும் பாடல்
அமைந்துள்ளது.

" கழங்குஆடு ஆயத்து அன்றுநம் அருளிய

பழங் கணோட்டமும் நலிய

அழுங்கினன் அல்லனோ, அயர்ந்ததன் மணனே"

- (அகநானூறு- 66)

பரத்தையை விரும்பிச் சென்ற தலைவன், பின்னர் மனைக்குத் திரும்பும் போது
தலைவி கோபம் கொள்ளாமல் இருக்க தெருவில் விளையாடும் தன் மகனை தூக்-
கிக் கொண்டு இல்லத்திற்குள் நுழைகிறான். இதனைக் கண்ட தலைவி, தலைவன்
பரத்தையை மணத்தற்காகத் தெரு வழியே சென்ற போது, தன் மகன் அவனைத்
தடுத்துப் பிடிவாதம் செய்து இல்லத்துக்கு அழைத்து வந்துவிட்டான் என்று தான்
கொண்ட பொய்யான கருத்தையே மெய்யென்று சாதிக்கிறாள்.

தலைவிக்கு அன்புமிகுதி, வெறுப்பு மிகுதி ஆகிய இரண்டின் காரணமாகவும்
பொய்ம்மையை மெய் எனக் கருதும் மனப்பான்மை உள்ளதை அறிய முடிகிறது.

கனவு- மெய்ப்பாடு

தொல்காப்பியர் கனவினையும் மெய்ப்பாட்டிற்குரிய நிலைக்களனாகக் குறிப்-
பிட்டுள்ளார். நிறைவேறாத ஆசைகளும், நனவில் நடைபெறாத நிகழ்ச்சிகளுமே
கனவாக உருவாகின்றன. கனவுகளில் எண்ணங்கள் காட்சி மாயையாக மாற்றப்-
டுகின்றன என்பர்.

பசியும், தாகமும் போலவே உறக்கமும் ஒவ்வொரு உயிரினத்திற்கும் இன்றியமையாததாகும். ஆழ்ந்த உறக்கம் இல்லாத போதே கனவுகள் தோன்றுகின்றன. காதல் நிலை கொண்டோருக்கு கனவின் தாக்கம் அதிகமாக இருக்கும் நிலையை இலக்கியங்களில் காணமுடிகிறது. தலைவனுக்கு எந்நேரமும் தலைவியின் நினைப்பே மேலிடும். பிரிவுக்காலத்தில் மிகுதியான நினைப்பு ஏற்படும். வேந்து வினை, பொருள் தேடச் செல்லல் உள்ளிட்ட காரணங்களால் தலைவன் மனதில் தலைவியையப் பார்க்க, பேச முடியாத ஏக்கம் குடிகொண்டிருக்கும். பணியின் காரணமாக தலைவன் உடல் களைப்பினால் துயில், உள்ளம் விழிப்பு நிலையை அடைந்து கனவு காணத் தயாராகிவிடும். நனவு நிலையில் பெரும்பான்மை எதைப் பற்றி அதிகம் சிந்தித்துக் கொண்டிருக்கிறோமோ அதுவே கனவாக உருவாகின்றது. துயிலில் ஏற்படும் தன்னுணர்வே கனவு என்பர்.

தலைவன் தலைவியையப் பிரிந்த காலத்தில் கனாக்கண்டு கூறியதாக பின்வரும் பாடல் அமைந்துள்ளது.

" வேனிற் பாதிரிக் கூன்மலர் அன்ன

மயிற் ஏற்ப ஒழுகிய அம்கலுழ் மாமை

நுண்பூண் மடந்தையைத் தந்தோய் போல

இன்துயில் எடுப்புதி கனவே

எள்ளார் அம்ம துணைப் பிரிந் தோரே"

- (குறுந்தொகை -147)

கனவே, வேனிற்காலத்துப் பூக்கும் பாதிரியின் வளைந்த மலரில் உள்ள மென்மையைப் போல ஒழுங்குபட அமைந்த மயிரினையும், அழகிய அணிகலன்களையும் அணிந்த என் தலைவியை நேரில் கொண்டுவந்து காட்டியது போலக் காட்டிவிட்டாய். வாழ்க்கைத் துணையைப் பிரிந்தவர்கள் உன்னை இகழமாட்டார் என்கிறான்.

கனவினை, 'வாய் வெருவுதல்' எனக் குறிப்பிடுவர். தன்னையறியாது தன் மனதில் நினைத்து இரகசியமாக வைத்திருக்கும் செய்தியை வெளியிடுதல். கனவானது உறக்கத்தில் நிகழும் உணர்வு வெளிப்பாடு என்பர்.

உறக்கத்தில் இருக்கும் ஒருவரை எழுப்புதல் பாவம் எனக் கருதப்பட்டது. எனினும், கனவானது பாலையில் ஒரு சோலையாகத் தலைவியை காட்சிப்படுத்தியதால், கனவினை யாரும் வெறுக்கவோ, இகழவோ மாட்டார்கள் என்பதாகத் தலைவன் கூற்று அமைந்துள்ளது. தலைவன் கனவை விரும்புதல் புலப்படுத்தப்பட்டுள்ளது.

நகை- மெய்ப்பாடு

எண் வகை மெய்ப்பாடுகளுள் முதன்மையானதான அமைவது நகை என்னும் மெய்ப்பாடாகும். தொல்காப்பியர் நகையானது, எள்ளல், இளமை, பேதமை, மடன்

என்ற நிலைகளிலிருந்து உருவாகின்றது என்கிறார். உயிரினங்களுள் சிரித்து மகிழக்கூடியவன் மனிதன் மட்டுமே ஆவான். பிற உயிரினங்களுக்கு சிரிக்கும் உணர்வை வெளிப்படுத்தும் ஆற்றல் இல்லை. நகையுணர்வே மனிதனை வாழச் செய்கிறது எனக் கூறின் சாலப் பொருந்தும்.

சங்ககாலத்தில் பொருநர் என்ற நாடகக் கலைஞர்கள் இருந்தனர். இவர்கள் கலையை வளர்ப்பதில் சிறந்து விளங்கினர். வறுமை இவர்களது வாழ்க்கையில் வாடிக்கையாகிவிட்டது. பொருநன் ஒருவனின் மனைவியும் மக்களும் பசியால் வாடித் துடித்தனர். இத்தகைய மனைவி மக்களுடன் இவன் காடு, மேடு, மலை எனப் பலவற்றையும் கால்கடுக்கக் கடந்து இல்லையென்னாது ஈயும் கரிகாலனின் அரண்மனையை அடைந்தான். கலைஞனின் கலையை இரசிக்கும் கரிகாலன், பொருநனின் முகவாட்டத்தை அறிந்தான். அவர்களை வரவேற்றுக் கள்ளும், இறைச்சியும் வழங்கினான்.

இரும்புக்கோலால் கோக்கப்பட்ட கொழுத்த செம்மறியாட்டின் சுடப்பட்ட இறைச்சி, பொருநனின் வாயில் உமிழ்நீரைச் சுரக்க வைத்தது. அக்கறி அவன் மனதையும் கண்ணையும் ஒருங்கே ஈர்த்தது. பலநாளாகப் பட்டினி கிடந்த அக்க- லைஞன் ஆக்கப் பொறுத்தான். ஆனால், ஆறப் பொறுக்கவில்லை, சுட்டுடனே இறைச்சித் துண்டுகளை வேகமாக எடுத்து வாயில் போட்டான். சூடு பொறுக்- கவில்லை. அவனால் விழுங்கவும் முடியவில்லை, மிகுதியான சுவையுடையதாக இருந்ததால், துப்பவும் மனம் வரவில்லை. சூடு தாங்காமல் வாயின் இருபுறத்தும் அவ்விறைச்சியைத் தள்ளித் தள்ளி இன்பம், துன்பம் இரண்டையும் ஒருசேர அனுபவித்தான்.

"காழின் சுட்ட கோழ் ஊன் கொழுங்குறை
ஊழின் ஊழின் வாய் வெய்து ஒற்றி
அவை அவை முனிகுவம் எனினே சுவைய...."
(பொருநராற்றுப்படை- 105-107)

இக்காட்சி எள்ளலால் தோன்றிய நகைச்சுவை மெய்ப்பாட்டை வெளிப்படுத்தி-
யுள்ளது.

காதலை வெளியில் சொல்வேன் என மிரட்டுதல்

தலைவியைக் காணவும், மணம் முடிக்கவும் எத்தகைய வழிமுறைகளை மேற்-
கொள்ளலாம் எனத் தலைவன் சிந்திக்கிறான். தலைவிக்கும் தலைவனுக்கும் இருந்த களவு வாழ்க்கை தலைவியின் பெற்றோருக்குத் தெரிய, அவள் இப்பொ- முது வீட்டுக்காவலில் உள்ளாள். தலைவியைக் காணாமல் தவித்துக் கொண்டிருந்- தான் . அச்சமயத்தில் தலைவியின் ஆருயிர்த் தோழி எதிர்ப்பட்டாள். அப்போது தலைவனின் மனம் பலவாறு எண்ணத் தொடங்கியது. தலைவியைப் பெற வேண்- டுமாயின் தோழிப்பெண்ணே உற்ற துணையாக இருப்பாள் எனக் கருதுகிறான்.

தோழி தன் வேண்டுகோளை ஏற்க வேண்டும் என்பதற்காக அவளிடம் பின்வரு-
மாறு பேசுகிறான்.

"பணைத்தோட் குறுமகள் பாவை தைஇயும்
பஞ்சாய்ப் பள்ளம் சூழ்ந்தும் மற்று இவள்
உருத்தெழு வனமுலை ஒளிபெற எழுதிய
தொய்யில் காப்போர் அறிதலும் அறியாய்
முறையுடை அரசன் செங்கோல் அவையத்து
யான்தற் கடவின் யாங்கா வதுகொல்?
பெரிதும் பேதை மன்ற
அளிதோ தானேஇவ் அழுங்கல் ஊரே"
- (குறுந்தொகை- 276)

பருத்த தோளை உடைய இளைய பெண்ணுக்கு விளையாடுவதற்காகப் பாவை
செய்து கொடுத்தேன். அவளது மார்பு ஒளிபெற தொய்யில் எழுதினேன். இச்செ-
யல்களை வேறு யாரும் அறிய மாட்டார்கள். நீதியை நிலைநாட்டும் சபையில்
தலைவியிடம் இதனை நான் மடலேறி வினாவினால் நிலைமை என்ன ஆகும்?
இந்தப் பரிதாபமுடைய ஊர் மிக அறியாமையுடையது, இரங்கத்தக்கது என்கிறான்.

தலைவன் தோழியிடம் தன் வேண்டுகோள் நிறைவேற மடலேறுவேன் எனத்
தன் உயிரைப் பொருட்படுத்தாத நிலையில் பேசுகிறான். மற்றொரு நிலையில்
தலைவிக்கும் தனக்கும் இருந்த அகவாழ்வு நிகழ்வுகளை வெளிச்சொல்வேன் என
மிரட்டியும் பேசுகிறான். இவ்விருவகையான கூற்றுகளும் தோழியிடம் கூறுவதா-
கவே பாடல் அமைந்துள்ளது.

தலைவன் முன்னிலைப் புறமொழியாகத் தோழி அஞ்சும்படி இவற்றைக் கூறு-
கின்றான். இப்பாடலில், " பேதை மன்ற அளிதோ தானே இவ்வழுங்கல் ஊரே"
என்ற தொடரில் நகை என்ற மெய்ப்பாடு தோன்றுவதற்குரிய குறிப்பு நான்கனுள்
பேதைமை எனனும் மெய்ப்பாடு இடம் பெற்றுள்ளது. மேலும் இப்பாடலின் கருத்து
தோழியை அச்சப்படச் செய்வதாக அமைந்துள்ளதால், அச்சம் என்ற மெய்ப்பாடும்
இதில் அமைந்துள்ளது.

தலைவியின் மேல் தலைவன் கொண்ட காதல் உண்மைக் காதலே என்பதைத்
தோழி உணர்ந்து, இனியும் மறுத்தால் தன்னாருயிர்; த் தோழியாம் தலைவியின்
கற்புக்கும் வாழ்வுக்கும் இடையூறு ஏற்படுமென அச்சமுற்று, தலைவன் குறையை-
யேற்று, அவர்கள் காதல் வெற்றிபெற ஒத்துழைப்பதாக உறுதியளிப்பாள்.

தலைவனின் நோக்கம் தலைவியை அச்சமுறச் செய்வதோ, இழிவுபடுத்துவதோ
இல்லை. தலைவியைத் தான் பெற முடியாதோ? என்ற அச்சமே தலைவனை
இவ்வாறு செய்ய வைக்கிறது. உளவியல் அடிப்படையில் கூறின் தான் மேற்-
கொண்ட செயலில் ஏற்படும் அச்சவுணர்வே எதிர்சிந்தனையைத் தோற்றுவிக்கிறது

எனக் கூறலாம். தலைவனைத் தலைவி ஏமாற்ற நினைக்கவில்லை. அவள் பெற்றோரால் வீட்டுக்காவலில் வைக்கப்பட்டுள்ளாள். தலைவியைப் பெறுவதையே நோக்கமாகக் கொண்ட தலைவன், களவு வாழ்க்கையைப் பல்லோர் கூடிய அவை-யில் எடுத்துரைக்கவும் தயங்கமாட்டான் என்பது அவன் கூற்றின் வாயிலாகவே வெளிப்பட்டுள்ளது.

இளிவரல் மெய்ப்பாடு- புறநானூறு

இளிவரல் என்னும் மெய்ப்பாடானது இழிபு என்ற பொருளுடையதாக அமை-கின்றது. இளிவரலானது மூப்பு, பிணி, வருத்தம், மென்மை என்னும் நான்கின் அடிப்படையில் தோன்றுவதாகத் தொல்காப்பியர் குறிப்பிட்டுள்ளார். தாழ்வு நிலையை அடைதலே இளிவரல் எனக் கூறலாம். ஒழுக்க நிலையில் வாழ்பவரை உயர்ந்தவர் என்றும், அந்நிலையிலிருந்து மாறுபட்டவரை தாழ்ந்தவர், இழிந்தவர் என்றும் குறிப்பிடுதல் வழக்கம்.

அக்கால இலக்கியங்கள் இளிவினை உவமையோடு பல இடங்களில் சுட்டிக்-காட்டியுள்ளன. புறநானூற்றுப் பாடலொன்றில் இளிவரல் அமைந்த சூழல் தெளி-வாகக் குறிப்பிடப்பட்டுள்ளது. சேரமான் கணைக்காலிரும்பொறைக்கும் சோழமன்-னன் கோச்செங்கணானுக்குமிடையே போர் நடைபெற்றது. சேரன் தோற்றான். குடவாயில் கோட்டச் சிறையில் அடைக்கப்பட்டான். சிறையிலிருந்த கணைக்கா-லிரும்பொறைக்குத் தண்ணீர் தாகம் ஏற்பட்டது. தாகம் மிகுதியால் சிறைக்காவ-லனை விளித்து தண்ணீர் தருமாறு கேட்டான். சிறைக்காவலன் முதலில் அதைப் பொருட்படுத்தவில்லை. பிறகு தாகத்தால் துடிப்பதைக் கண்டு ஏளனமாக நீரைக் கொடுத்தான். சேரனின் மானவுணர்வு அந்நீரைக் குடிக்க இடம் தரவில்லை. அந்-நீரைப் பருகாமல் பாடலொன்றைப் பாடிவிட்டு உயிர் துறந்தான்.

" குழவி இறப்பினும் ஊன்தடி பிறப்பினும்

ஆளன்று என்று வாளில் தப்பார்

தொடர்ப்படு ஞமலியின் இடர்ப்படுத்து இரீஇய

கேளல் கேளிர் வேளாண் சிறுபதம்

மதுகை யின்றி வயிற்றுத்தீத் தணியத்

தாம் இரந் துண்ணும் அளவை

ஈன்மரோ இவ்வுலகத் தானே"

- (புறநானூறு-74)

பிள்ளையானது இறந்து பிறந்தாலும், உருவமின்றி தசைப்பிண்டமாகப் பிறந்-தாலும் ஆளல்ல என்று வாளால் பிளந்து அடக்குதலில் தவறார். வீரசுவர்க்கம் அடையவேண்டும் என்று வாளால் வெட்டியே அடக்கம் செய்வர். சங்கிலியால் பிணைப்புண்ட நாய் போல இழுத்து வந்து, சிறையிலடைத்த பகைவர்கள் தந்த தண்ணீரை, மன வலிமையின்றி இரந்துண்ணும் அளவினையுடைய மானமற்றவர்-

களையும் உலகில் பெறுவார்களோ? என்று தன்நிலைக்குத் தானே வருந்திப் பாடி வருந்தியதைப் பாடல் குறிப்பிட்டுள்ளது.

இப்பாடலில் வருத்தம் பற்றித் தன்கண் தோன்றிய இளிவரல் மெய்ப்பாடு மனக்-காட்சிக்குப் புலப்பட்டுள்ளது.

மழையும் மகிழ்ட்டும்

"யான் பெற்ற இன்பம்; பெறுக இவ்வையகம்" என்பது திருமூலரின் கூற்றாகும். தலைவியிடம் இன்பம் துய்த்த தலைவனின் கூற்றிலும் இம்மனப்போக்குக் காணப்-படுகிறது. பாலுணர்வுத் தேவை நிறைவேறிய தலைவனின் கூற்றாகப் பாடல் அமைந்துள்ளது.

" தாழ்இருள் துமிய மின்னித் தண்ணென

வீழ்உறை இனிய சிதறி, ஊழின்

கடிப்பு இகு முரசின் முழங்கி இடித்திடித்துப்

பெய்து இனி வாழியோ பெருவான்..."

- (குறுந்தொகை- 270)

உயர்ந்த வானமே நீ வாழ்க! பொருள் தேடச் சென்ற காரியத்தை வெற்றியாக முடித்துப் பெருமிதமான உள்ளத்துடன் தலைவியை அடைந்து, குவளையின் சிறிய காம்பையுடைய புதிய மலர்களின் மணம் பொருந்திய நல்ல மெல்லிய கூந்தலா-கிய மென்மை மிக்க படுக்கையில் பொருந்தியுள்ளோம் என்கிறான். மேலும் மிக்க இருளை நீக்குவது போல் மின்னி, குளிர்ச்சி பொருந்தக் கொட்டும் மழைத்துளி-களை இனிதாக எங்கும் சிதறி முறையாகக் குறுந்தடியால் அடிக்கப்பெறும் முர-சினைப்போல் இடிமுழங்கி இடிஇடித்து இனிய மழையைப் பெய்விக்கின்ற வானமே நீ வாழ்க! என்று கூறுகிறான்.

தலைவனின் இக்கூற்றில் பிறரை வாழ்த்தும், 'வாழ்த்தல்' மெய்ப்பாடும் மகிழ்ச்-சியின் காரணமாக எழுந்த உவகை மெய்ப்பாடும் இடம்பெற்றுள்ளன. தலைவியு-டன் தான் கூடி இன்பம் பெற்று மகிழ்ந்த தலைவன், மழையே நன்கு பொழிவாயாக எனக் கூறியது தலைவனின் விருப்பப்புணர்ச்சி நிறைவேறியதனைக் காட்டுகிறது. பாண்டியன் பன்னாடு தந்தானால் இப்பாடல் படைக்கப் பெற்றதாகும். இத்தகைய மன்னன் கண்ட தலைவனின் செயல்பாடும் மக்களை மகிழ்விக்கும், ' மழையைப் பெய்க' எனக் கூறுவதாகவே அமைந்துள்ளது.

முடிவுரை

உடம்பில் தோன்றி மற்றவர்க்குப் புலப்படும் கண்ணீரும் மெய்ம்மயிர் சிலிர்த்த-லும் போன்ற செயல்பாடுகள், மெய்ப்பாடு தோன்றுவதற்குக் காரணமாக அமைந்-துள்ளன. இம்மெய்ப்பாடே, மனிதரின் இயற்கை குணமாக விளங்கிய பான்மை விளக்கப்பட்டுள்ளது. தொல்காப்பியர் குறிப்பிடும் எண்வகை மெய்ப்பாடுகள் நாட-கத்திற்கு உரியதெனினும், ஒவ்வொருவரின் வாழ்க்கையிலும் அன்றாடம் நிகழ்ந்து

கொண்டே இருக்கின்றன. ஒரு மனிதனின் உணர்வுகள் அவலத்திலேயே மிகுதி-யாக வெளிப்பட்டுள்ளன. உணர்வின் வெளிப்பாடு உளவியல் என்பதும்; அதைப் புறத்து எடுத்துக்காட்டுவது மெய்ப்பாடு என்பதும் எடுத்துரைக்கப்பட்டுள்ளன.

தலைவன் பிரிவின்போது தலைவியின் அழுகை, தலைவியைத் தோழி தேற்று-தல் போன்ற நிலைகள் விளக்கிக் கூறப்பட்டுள்ளன. மேலும் பரத்தையரின் உணர்வு நிலைகளில் அவர்களின் ஏக்கம், வெறுப்பு, தன்மீது குற்றம் இல்லை எனக்கூறும் சொற்கள் மெய்ப்பாட்டு உணர்வுகளை வெளிப்படுத்தியுள்ளன.

ஒருவரின் அடக்கி வைக்கப்பட்டுள்ள ஆளுமைகளும், நிறைவேறாத எண்-ணங்களும் கனவாக உருவெடுக்கின்றன. இக்கனவு நம் சுதந்திரத் தேவையின் உள்ளுணர்வாக சுயாட்சி நிலையில் தனக்குரிய ஆசைகளை முழுமையாக்கிக் கொள்கின்றன எனக் கூறப்பட்டுள்ளன. தலைவன், தலைவி ஆகியோரின் மெய்ப்-பாட்டு உணர்வுகளின் வழி மனித இனத்தின் உணர்வுகள் பிரதிபலித்துள்ள நிலை-கள் கண்டறியப்பட்டுள்ளன.

குறிப்புதவி நூல்கள்

1. தொல்காப்பியம் (பொருளதிகாரம்) - இளம்பூரணர் உரை

2. தொல்காப்பியம் (பொருளதிகாரம்) - தமிழண்ணல் உரை

3. தமிழிலக்கிய வரலாறு - தொல்காப்பியம் - க. வெள்ளைவாரணன்

4. குறுந்தொகை - உ. வே. சாமிநாதையர் உரை

5. புறநானூறு - புலியூர்க்கேசிகன் உரை

6. அகநானூறு — ச.வே. சுப்பிரமணியன் உரை

7. திருக்குறள் - தேவநேயப்பாவாணர் உரை

8. பத்துப்பாட்டு — ஞா. மாணிக்கவாசகன் உரை

9. கல்வி உளவியல் - கி. நாகராஜன்

10. குறுந்தொகை ஆய்வுக் கோவை - இரா. ஜெகதீசன் (பதிப்பாசிரியர்)

7

நிலாச்சோறு - கும்மி

கொங்கு மண்டலமாம் திருப்பூர் மாவட்டம், உடுமலைப்பேட்டை வட்டத்திற்கு உட்-
பட்ட பசுமை சூழ்ந்த கிராமமாக பார்த்தசாரதிபுரம் விளங்குகிறது. கிராமமும்
கிராமீயமும் சார்ந்த நாட்டுப்புறப் பகுதியான இக்கிராமத்தில் வாழும் மக்களின்
உயிரிலும் உணர்விலும் பழமை மாறாமல் இன்றும் சில செயல்பாடுகள் மேற்கொள்-
ளப்படுகின்றன. அவ்வகையில் இறை வழிபாட்டுடனும் இயற்கையுடனும் தொடர்பு-
டையதாக நிலாச்சோறு மாற்றுதல் செயல்பாடு கும்மிப்பாடல்களுடன் கும்மியடித்து
கொண்டாடப்படும் நிகழ்வாக இலங்குகிறது. நாட்டுப்புறம் வாழ் மக்களின் வாழ்வி-
யல் நெறிகள், காதல் நினைவுகள் எனப் பலவும் கும்மியில் இடம்பெறுகின்றன.
கோயில் திருவிழா, பொங்கல் விழா, தைப்பூச விழா ஆகிய விழாக்காலங்களில்
பாடல்கள் பாடப்பட்டு கும்மி நிகழ்கிறது. பெண்களுக்கே உரியதான கும்மியில்
ஆண்களும்; பங்கேற்று கும்மியடித்துப் பாடுவதைக் காண முடிகிறது.

கும்மியடித்தல்

சமூகத்தில் ஆண்களும் பெண்களும் ஒன்றெனக் கூறப்படினும், பெண்களுக்குப்
பலர் முன்னிலையில் தன் மனவெளிப்பாட்டை வெளிப்படுத்துவதற்கான
வாய்ப்போ, சூழலோ பல நேரங்களில் அமைவதில்லை. பெண்கள் தங்களின் ஒட்டு
மொத்த எண்ண எழுச்சிகளையும் வெளிப்படுத்திப் பாட கும்மியாட்டம் துணையாக
அமைகின்றது. இக்கும்மியாட்டம் கும்மியடித்தல் என்னும் பெயரில் கொங்கு வட்-
டாரங்களில் வழங்கப்பட்டு வருகின்றது. பெண்கள் வட்டவடிவில் நின்று கொண்டு
மையத்தில் விழாக்களுக்கேற்ப முளைப்பாரி, விளக்கு.... போன்றவற்றில் ஏற்புடை-
யதை வைத்து ஒரே மாதிரியான தாள அமைப்பில் தங்கள் கைகளைக் கொண்டு
தாளம் எழுப்பிப் பாடுவர். பாடும் போது கையொலிகளுக்கு ஏற்பக் கால்களை
மாற்றி மாற்றி வைத்து நேர்த்தியான அமைப்புடன் கும்மியடிப்பர். கையின் அடியில்
விரல்களை வைத்துத் தட்டுதல் , உள்ளங்கைகளை இணைத்துத் தட்டி ஒலியெ-

ழுப்புதல், இரண்டு கைகளையும் இணைத்துத் தட்டுதல் என மூன்று வகைகளில் கைகளைப் பயன்படுத்திக் கும்மியடிப்பர். அதேபோல் வட்ட வடிவில் சுற்றி வரும்போது முழுப்பாதம் தரையில் படும்படி கால்களை எடுத்து வைத்தல், கட்டை விரல் மட்டும் படும்படி கால்களை எடுத்து வைத்தல் என்பதாக கால்வைப்பும் அமைகிறது. கும்மியடித்தல் என்பதைக் குதித்துப்பாடுதல் எனவும் கூறுவர்;.

"பெண்கள் ஆடும் ஆட்டங்களில் மிக முக்கியமானது கும்மியாட்டம். ~கொம்மாய்' என்ற சொல்லிலிருந்து கும்மி தோன்றியிருக்க வேண்டும்.; இவ்வாட்டத்தைக் குஜராத் கர்பா நடனத்துடனும் இராஜஸ்தான் கும்மார் ஆடலுடனும் ஆந்திரநாட்டு கொப்பியுடனும் கேரளநாட்டுக் கைகொட்டிகளியுடனும் தொடர்பு படுத்துவர்." என நாட்டுப்புற ஆய்வு நூல் குறிப்பிட்டுள்ளது.

நிலாச்சோறு வழிபாடு

ஒவ்வோர் ஆண்டும் பார்த்தசாரதிபுரம் கிராமத்தில் தைப்பூச விழா நடைபெறுவதற்கு ஒரு வாரத்திற்கு முன்பிருந்தே இரவில் நிலாவுக்கு வழிபாடு செய்யும் நிகழ்வு மேற்கொள்ளப்படுகிறது. பத்து வயதிலிருந்து இருபது வயதிற்குட்பட்ட பெண்பிள்ளைகளும் ஆண்பிள்ளைகளும் தங்கள் வீடுகளில் சமைக்கப்பட்ட உணவை ஒரு சிறுபாத்திரத்தில் போட்டு வழிபாடு நடக்கின்ற இடத்திற்குக் கொண்டு வருவர். இவ்வுணவு எச்சில் படாததாக இருக்கவேண்டும். வழிபாடானது ஊர்க்கவுண்டர் என்னும் கோயில் பொறுப்பில் தலைமை வகிப்பவர் வீட்டின் வாசலில் நடைபெறும். வழிபாடு நிகழ்வதற்கு முன்பாகப் பெண்பிள்ளைகள் வாசலை சாணிநீர் கொண்டு தூய்மைப்படுத்துவர். பின்னர் மிகப்பெரிய தேர்க்கோலம் போடப்படும். வரையப்பட்ட தேரின் உச்சிப் பகுதியில் நிலவானது வானில் அன்றைய தினம் இருக்கும் தோற்றத்திற்கேற்ப வரையப்படும். தேரினைச் சுற்றிலும் பல்வேறு கோலங்கள் போடப்படும். தேரின் நடுவில் முக்காலி வைக்கப்பட்டு அதன்மீது சாணியால் பிடிக்கப்பட்ட பிள்ளையார் வைக்கப்பட்டு, அதன் தலையில் பூ அல்லது அறுகம்புல் செருகப்படும்.; அருகில் கார்த்திகை விளக்கு ஏற்றப்படும் பூக்கள் தூரவப்படும். பின்னர் முக்காலியைச் சுற்றிலும் வட்டவடிவில் அனைவரும் கொண்டு வந்த உணவுப் பாத்திரங்கள் வைக்கப்படும். பின்னர் கும்மியடித்தல் தொடங்கப்பட்டு வழிபாடு நிகழ்த்தப்படுகிறது. விழா தொடங்கப்படும் முதல் நாளில் அனைவரும் பொரி வாங்கி வந்து படைத்து வழிபடுவர். அடுத்த நாளிலிலிருந்து உணவு கொண்டு வரப்படும். தைப்பூச நாளன்று வீட்டில் உள்ள தாய்மார்கள் பச்சரிசியால் மாவுருண்டை செய்து மாவு மாற்றுதல் சடங்கு கும்மியடித்தலுடன் நடைபெறும். இந்நாள் வெகு சிறப்பாக இருக்கும். இந்த ஒருநாள் மட்டுமே பெரியவர்கள் பங்கு பெறுவர். மாவு மாற்றப்பட்ட மறுநாள் நிலாவிற்கு வயிற்றுப் போக்கு ஏற்படும் என்பது மக்களின் நம்பிக்கை. மாவினை அதிகமாக உண்டால் இப்பாதிப்பு ஏற்பட்டதாகக் கருதி அடுத்தநாள் ரசம் சோறு வைத்து வழிபடுவர். இந்நிகழ்வு நிலாச்-

சோறு மாற்றுதலின் கடைசிநாள் வழிபாடாகும். நிலாச்சோறு மாற்றுதல் என்பதை நிலாப்பிள்ளைக்குச் சோறு மாற்றுதல் எனவும் கூறுவர். தைப்பூச தினத்தில் மாவு மாற்றப்படவில்லையெனில் குழந்தைகள் தேர்க்காலில் பட்டு மடியும் என்பது மக்களின் நம்பிக்கையாகும்.

நிலாவிற்குப் படைக்கப்பட்ட உணவினை, கும்மியடித்தல் நிறைவுறும் ஒவ்வொரு நாளன்றும் பிள்ளைகள் அனைவரும் தங்கள் உணவினைப் பிறருக்குக் கொடுத்துவிட்டு, பிறர் கொடுக்கும் உணவினைப் பெற்று உண்பர். உணவுப்பாத்திரங்கள் கைமாறிக் கொண்டே வரும். இவ்வாறான முறை பிள்ளைகளிடையே சமத்துவத்தையும் பங்கி உண்ணவேண்டும் என்னும் மனப்பாங்கையும் ஏற்படுத்தும். நிலாச்சோறு மாற்றப்பட்டு உணவு உண்டபின் முக்காலியில் இருக்கும் விளக்கினை எடுத்துவிட்டு ஒரு பெண்பிள்ளையின் தலையில் சாணிப்பிள்ளையார், பூக்கள் இருக்கும் முக்காலி வைக்கப்பட்டு பாடல்கள் பாடிக்கொண்டே வாய்க்கால் பகுதிக்குக் குழுவாகச் சென்று ஓடுகின்ற நீரில் பிள்ளையார், பூக்கள் போடப்படும்.

கும்மியடித்தல்

கும்மியடித்தலின் போது பாடப்படும் பாடல்கள் இரண்டு வழிமுறைகளில் பாடப்படுகின்றன. 1. குழுவாகப் பாடுதல் 2. ஒருவர் பாட மற்றவர்கள் பின்தொடர்ந்து பாடுதல் என்பனவாகும். நாட்டுப்புறவியலின் அமைப்பியல் கோட்பாட்டினை கொங்கு வட்டாரக் கும்மிப்பாடல்களுடன் பொருத்திக் காணலாம்.

நிலவிற்கான வழிபாடாக இருப்பினும் முதலில் விநாயகரையும் மாரியம்மனையும் பாடியே கும்மியைத் தொடங்குகின்றனர். நமக்கு ஏற்படும் விக்கினங்களைத் தீர்க்கின்ற காரணத்தாலும் எங்கு நோக்கினும் இருக்கின்ற காரணத்தாலும் விநாயகரை வாழ்த்துகின்றனர். மாரியம்மன் மழைக்குரிய தெய்வமாய் உள்ள காரணத்தினால் கும்மியில் மாரியம்மனும் வழிபாட்டுக்குரிய தெய்வங்களுள் சிறப்பிடத்தில் வைத்துப் போற்றப்படுவதைக் காணமுடிகிறது.

"முந்தி முந்தி விநாயகரே
ஏலேல மயில் ஏலேலோ...
முக்கண்ணணார் தன்மகனே
ஏலேல மயில் ஏலேலோ...
....
என் நாபியில் குடியிருந்து
ஏலேல மயில் ஏலேலோ...
நல்லோசை தாருமய்யா
ஏலேல மயில் ஏலேலோ...
என் குரலில் குடியிருந்து
ஏலேல மயில் ஏலேலோ...

கொஞ்சம் அடி பெற்றவரே
ஏலேல மயில் ஏலேலோ...''

எனப் பாடல் நீண்டு கொண்டே செல்கிறது . தனக்குப் பாடுவதற்கான ஆற்றல் வேண்டும் என்பதை, 'என் நாபியில் குடியிருந்து', 'என் குரலில் குடியிருந்து' என்னும் அடிகளின் வாயிலாக ஒருவித அமைப்போடு வேண்டிக் கொள்வதை அறியமுடிகிறது. இப்பாடல் ஒருவர் பாட மற்றவர்கள் பின் தொடர்ந்து பாடுவதாக அமைகின்றது.

''எல்லாரும் வாசலிலே
சாணி தெளிச்சிருக்க
மாரியம்மன் வாசலிலே
மஞ்சள் தெளிச்சிருக்க
போடுங்கம்மா பொண்டுகை
போலே சிறுபலகை
ஏடுங்கம்மா பொண்டுகை
எல்லோருக்கும் தங்கொலகை
ஓலே ஓலே...''

மாரியம்மனுக்கு மஞ்சள் முக்கியமானது. அஃது மிகச்சிறந்த கிருமிநாசினியாகவும் பயன்படுகிறது. அதைப் போன்றே மாட்டுச்சாணமும் மகத்துவம் வாய்ந்தது. சிறப்புப் பொருந்திய அம்மனை குலவையிட்டு வழிபடுதல் பற்றியும் இக்கும்மிப்பாடலின் வழி அறியமுடிகிறது. இப்பாடல் குழுப்பாடல் அமைப்புடையதாகும்.

இயற்கை வழிபாடு கிராமமக்களின் பாரம்பரியத்தில் தலைசிறந்ததாகப் போற்றப்படுகிறது. அவ்வகையில் நிலா வழிபாடு நிகழ்த்தப்படுகிறது.

'' வட்ட வட்ட நிலாவுக்கு
பொட்டும் அலங்காரம்
வாசமுள்ள கொண்டைக்கு
பூவும் அலங்காரம்
ஊருக்கு மேவரமா
தோப்பும் அலங்காரம்
போடுங்கம்மா பொண்டுகை
போலே சிறுபலகை
ஏடுங்கம்மா பொண்டுகை
எல்லோருக்கும் தங்கொலகை
ஓலே ஓலே...''

இப்பாடல் நிலாவின் சிறப்பைப் பறைசாற்றுகிறது. எதுகை மோனையுடன் பாடல் அமைகின்றது நிலாவிற்குப் பொட்டும், கொண்டைக்குப் பூவும் அழகைத்

தரக்கூடியது என்ற செய்தி பாடப்பட்டுள்ளது.

கிராமங்களில் பாம்புப் புற்றுக்குப் பால், முட்டை படைத்து வழிபடும் நிலை-யுண்டு. நிலவோடு பாம்பிற்கும் தொடர்புண்டு என்ற நம்பிக்கை நாட்டுப்புறப் பகுதி-களில் காணப்படுகிறது. சந்திரகிரகணம் நிலவை சந்திரன் விழுங்குவதால் ஏற்படும் என்பர். அவ்வகையில் பாம்பு குறித்த பாடலும் நிலாச்சோறு மாற்றும்போது பாடப்-படுகிறது.

" புத்துப்புத்து நாகரே!

பூமியில வளர்ந்தவரே

பச்சரிசி போல

பல்லுள்ள நாகரே!

குருமொளகு போல

கண்ணுள்ள நாகரே!

•••••••••••••••••.."

பாம்பின் பற்கள் பச்சரிசியுடனும் கண்கள் குருமிளகுடனும் உவமைப்படுத்திக் காட்டப்பட்டுள்ளது. பச்சரிசி, குருமிளகு போன்றவை பொங்கல் வைக்கும் போது பயன்படுபவை. இப்பாடல் பாம்பின் பிடியிலிருந்து சந்திரனைக் காப்பாற்றவும், அதே சூழலில் விவசாய நிலங்களில் பாம்பின் நடமாட்டம் அதிகமாக இருக்கின்ற காரணத்தால், உயிருக்கு ஊறு நேரக்கூடாது எனும் அச்சத்தாலும், நாகதோஷம் போன்ற தோஷங்கள் ஏற்படாதிருக்கவும் இவ்விதம் வழிபாடு மேற்கொள்ளப்பட்டி-ருக்கலாம்.

இயற்கையோடு வாழ்கின்ற மக்களின் பாடல்களில் இயற்கையைப் பற்றிய செய்திகள் அதிக அளவில் வெளிப்படுகின்றன. விவசாயப் பின்னணி கொண்ட கிராமமாக விளங்குகின்ற முறைமையால் ,விவசாயம் சார்ந்த பாடல்கள் நிலாச்-சோறு மாற்றும் நிகழ்வில் பரவலாகக் காணப்படுகிறது.

" நாழி நாழி நெல்லுக்குத்தி

நடுக்கெணத்துல பொங்க வெச்சி

ஒலையக்காங்கர மாலையக்கா

ஒம்பது மாசம் எங்கிருந்த

ஒட்டப்புள்ளார் கோயிலுல

ஓடி ஒளிஞ்சிருந்த

போடுங்கம்மா பொண்டுகை

••••••••••••••••••••••••••.."

இப்பாடலில் 'நாழி' என்ற சொல் இடம்பெற்றுள்ளது. இஃது நெல்லளக்கும் அளவைக்கருவியாகும். இயற்கை ஈந்த நெல்லினைக் கொண்டு பொங்கல் படைத்து வழிபடும் நிலை இவ்விதம் கூறப்பட்டுள்ளது. நிலாச்சோறு பாடல்களில்

பெரும்பான்மையான பாடல்களில் ஓலையக்கா என்னும் சொல் அதிக அளவில் பயன்படுத்தப்படுகிறது. பாடுபவர்களுக்கு ஓலையக்கா குறித்துத் தெரியவில்லை. முன்னோர்கள் படியதைப் பாடி வருகிறோம் என்ற பதில் மட்டுமே பெறப்பட்டது.

விவசாய வேலைகளில் ஈடுபட்டிருக்கும் போது களைப்புத் தெரியாமல் இருக்கப் பாடும் பாடல்களில் விவசாயம் சார்ந்த பாடல்களோடு கலந்து காதல் சிந்தனைப் பாடல்களும் பாடப்படுகின்றன. பெண்கள் தங்கள் மனஏக்கத்தை வெளிப்படுத்தும் வடிகால்களாகப் பாடல்களைப் பாடுகின்றனர். பிறரிடம் வெளிப்படுத்த முடியாத பலவற்றைப் பாடலாக்கி கும்மியில் வெளிப்படுத்தி மனதிற்கு ஆறுதல் தேடும் வகையிலும் கும்மிப்பாடல்கள் அமைகின்றன.

"நன்னன்னே ஏலேலோ

நானே நன்னே

சொல்லம்மா சொல்லு

நானே நன்னே

எடுத்துச்சொல்லு

நானானே ஏலேலோ

ஏலேலா மயில் ஜலசா

மேகரையே ஏலேலோ

ஒரத்திலே

சொல்லம்மா சொல்லு

நானே நன்னே

எடுத்துச்சொல்லு

மேகம் வந்து ஏலேலா

பொழுது மறையும் ஜலசா

(நன்னன்னே ஏலேலோ)

கருங்குளத்து ஏலேலோ

ஏரி மேல

சொல்லம்மா சொல்லு

நானே நன்னே

எடுத்துச்சொல்லு

கருத்தங்காடை ஏலேலோ

ரெண்டு மேயும் ஜலசா

கருத்தங்காடை ஏலேலோ

வெல பொறுமா?

சொல்லம்மா சொல்லு

நானே நன்னே

எடுத்துச்சொல்லு

கருத்த மச்சான் ஏலேலோ

கைபொறுமா ஜலசா...

பெண்ணொருத்தி தன் காதல் ஏற்றுக்கொள்ளப்படுமா? என்ற சந்தேகத்தில் தன் காதலனைப் பார்த்துப் பாடுவதாகக் கும்மிப்பாடல் அமைந்துள்ளது. காதலனும் தன் கருத்தை பாடல் மூலமே தெரிவிப்பான். விவசாயச் சூழலில் நடக்கும் காதல் நிலைப்பாட்டைப் பாடலின் வழி உணரமுடிகிறது. இப்பாடலில் முதலில் அமை-யும், 'நன்னன்னே ஏலேலோ, நானே நன்னே' எனத் தொடங்கும் முறையை வாய்-பாடு என்பர். இஃது பாடலில் பலமுறை இடம்பெறும். இம்முறையில் பாடல்கள் அமைந்துள்ளன. நிலாச்சோறு மாற்றப்படும் ஒவ்வொரு நாளின் முடிவிலும் வழி-பட்ட பிள்ளையாரை,

"உண்டுண்டாம் புள்ளாரே

ஊமத்தாம் புள்ளாரே

வாயைக்கட்டி வவுத்தக்கட்டி

வாய்க்கால்ல போறயே புள்ளாரே"

எனப் பாடி நீரில் விட்டுவிடுவர்.

நாட்டுப்புறங்களில் வாழும் மக்களின் வாழ்வாதாரம் விவசாயத்தை நம்பியே அமைகின்றது. மேலும், நிலாச்சோறு வழிபாட்டில் மக்கள் இறை வழிபாட்டோடு சேர்த்து, தம் எண்ண ஓட்டங்களையும் பாடல்களில் பதிவு செய்துள்ளதை அறி-யமுடிகிறது. கும்மியடித்துப் பாடுவதால் உடலுக்கும் மனதுக்கும் மகிழ்ச்சி ஏற்படும் என்பதையும் அறிய முடிகிறது.

குறிப்புதவி நூல்

1. நாட்டுப்புற இயல் ஆய்வு- டாக்டர் சு.சக்திவேல்

பாடல்பாடி உதவியவர்

1. திருமதி. சந்திரமதி —— பார்த்தசாரதிபுரம்.

8

ராஜம் கிருஷ்ணனின் "பாதையில் பதிந்த அடிகள்" புதினத்தின் பார்வை

ஆய்வுச்சுருக்கம்

மனிதகுல வரலாற்றில் ஆண் பெண், வேறுபாடுகள். சாதி மத வேறுபாடுகள், ஆண்டான் அடிமை வேறுபாடுகள் ஆகியவை கல் மேல் எழுத்துகளாக நிலை-பெற்றுவிட்டன. தாய்வழிச்சமூகமாக விளங்கிய தமிழர் இனம் காலப்போக்கில், பெண்ணடிமை நிலையை உருவாக்கியது. மேலும் சாதி வேறுபாடுகள் மனித குலத்-திற்குள் மேல்கீழ் என்ற வருணாசிரம முறைக்கு வழி கோலியது. இப்படிப்பட்ட சூழலில் சமூகத்தில் தோன்றியிருக்கும் வர்க்க பேதங்களைக் களைய சிலர் தோன்-றியிருந்தனர். அவர்களுள் ஒருவர், 'மணலூர் மணியம்மை'. அந்தணர் இனத்தில் பிறந்து, தன்னுடைய ஒன்பது வயதில் இரண்டு குழந்தைகள் உள்ள முப்பத்தைந்து வயதுள்ள ஒருவருக்கு மனைவியானார். பின்னர் விதவையாகி, அவர் வாழ்ந்த சமூக விதிகளைப் பின்பற்றினார். காலப்போக்கில் மனிதனை மழுங்கச் செய்யும் எந்த விதிகளையும் பின்பற்றாமல், சமூகத்தில் பின் தங்கிய நிலையிலுள்ள பலருக்-கும் ஆதரவாகச் செயல்பட்டார். இதனால் ஆளும் வர்க்கத்தால் பல்வேறு இன்-னல்களுக்கு ஆளாகி போராடினார். அத்தகைய சிறப்பு வாய்ந்த மணலூர் மணி-யம்மை, மக்களுக்காக போராடிய நிலையில் அவர் மேற்கொண்ட செயல்பாடுகள், எதிரிகளைச் சமாளித்த நிலை ஆகியவற்றை உள்ளடக்கியதாக, " பாதையில்

பதிந்த அடிகள்" புதினம் அமைந்துள்ளது.

கலைச்சொற்கள்

இவன் இந்தப் பூவை அப்பம் தின்னும் நப்பாசைக் குரங்கின் வேட்கையுடன் தான் குறி வைத்தான்- மணி, கூட்டுக்குள்ளே இருக்கும் புழுவைப்போல் எதிர்ப்புச் சக்தியின் உயிர்ப்பில் இயங்கிக் கொண்டிருக்கிறாள்- கன்னிகளை ருதுவாகும் முன்ன, மஹாவிஷ்ணு ஸ்வரூபமான பிரும்மச்சாரிக்கு தானம் பண்ணிடணும்னு வச்சிருக்கா, ஜலம் எப்படி ஒரு இடத்தில் தரிக்காதோ, அப்படி ஸ்த்ரீ ஹ்ருதயம் சலனமடைவது இயற்கை- 'ஹரிஜனங்கள்; என்றால் தாழ்த்தப்பட்டவர்கள் அல்லர். 'கடவுளின் மக்கள்'- மதுவிலக்கும் அரிசன முன்னேற்றமும் காங்கிரஸ் கட்சியின் உயிரான கொள்கைகள்

முன்னுரை

உலகில் வாழும் உயிர்களின் வாழ்க்கை ஆண், பெண் என்ற இரண்டு நிலை- களை உடையது. ஆணும் பெண்ணும் சரி நிகர் சமானம் எனக் கூறப்பட்டாலும் சமூகத்தின் தோற்றத்திற்கும் வளர்ச்சிக்கும் எல்லாவகையான முன்னேற்றத்திற்கும் மூலகாரணங்களாய் விளங்கும் பெண்களின் நிலை அனல் மேல் இருக்கும் சட்டி- யின் நிலைதான் என்பதை காலந்தோறும் உருவாகி வரும் படைப்புகள் உணர்த்- துகின்றன. 'சுட்ட சட்டி சட்டுவம் கறிச்சுவை அறியுமோ? ' எனச் சித்தர் கூறுவது போல, சட்டுவத்தின் நிலையை ஒருவராலும் உணரமுடியாது. அதைப் போன்றே ஆணினத்திற்கு ஆதரவாய் இருக்கும் பெண்ணினத்தின் நிலையும் என்பதைப் புதி- னத்தின் கதாப்பாத்திரங்கள் பறைசாற்றுகின்றன. இருப்பினும் போராட்ட உலகில் தன்னால் இயன்றவரை போராடும் பெண்களின் நிலை எப்படிப்பட்டதென்பதை அறிய, 'பாதையில் பதிந்த அடிகள்' புதினம் வழிகோலுகிறது. மேலும் சாதிக்கொ- டுமை, அடிமைத்தனம் ஆகிய களைகள் நீங்கி சமூகப் பயிர்கள் நன்கு செழித்து வளர உண்மைச் சம்பவத்தை அடிப்படையாகக் கொண்ட புதினம் காலத்தின் தேவையாக அமைகின்றது. அவ்வகையில் எல்லாரும் எல்லாமும் பெற வேண்டும் என்னும் சிந்தனையோடு போராடிய, 'மணலூ; மணியம்மை' - யின் வாழ்க்கை- யோடு தொடர்புடைய சமூக நிலைகளை ஆராய்வதாக இக்கட்டுரை அமைகிறது.

மணலூர் மணியம்மை

மனித சமூகத்தின் வேராக விளங்கக் கூடியது பெண்ணினம். விதைக்கப்படும் வித்து செழிப்பாக வளர மண்வளம் காரணமாக அமைகின்றது. அவ்வகையில் ஆணினம், பெண்ணினம் ஆகிய மனித இனத்தினை செழிப்பாக வளரச் செய்ய பெண்ணினம் அடித்தளமாக அமைகின்றது.

ராஜம் கிருஷ்ணனின், 'பாதையில் பதிந்த அடிகள்' புதினம் மார்க்சிய சிந்- தனைக் களஞ்சியம் எனக் கூறுமளவிற்கு சிறப்புடன் படைக்கப்பட்டுள்ளது. சிலப்- திகாரம் படைத்த இளங்கோவடிகள் கண்ணகி கதாப்பாத்திரத்தை அன்றைய காலப்

பெண்களின் நிலைப்பாடுகளிலிருந்து வேறுபடுத்திக் காட்டி புரட்சிகரமான கதாப்-பாத்திரமாக படைத்தளித்தைப் போன்று இப்புதினத்திலும் உண்மையான கதாப்-பாத்திரம் ஒன்றின் எழுச்சி மிக்க போராட்டம் புதினமாக உருவாக்கப்பட்டுள்ளது. சமூக ஏற்றத்தாழ்வினையும் பெண்ணடிமைத்தனத்தையும் எதிர்த்து நின்று புரை-யோடிப் போன பிரச்சினைகளை சீர் செய்ய முயன்று பல்வேறு இடர்ப்பாடுகளைச் சந்தித்த 'மணலூர் மணியம்மை' என்ற உண்மைக் கதாப்பாத்திரத்தின் ஆணிவேர் வரை சென்று அரும்பாடுபட்டு இப்புதினத்தை ராஜம் கிருஷ்ணன் கட்டமைத்துள்-ளார்.

ஆச்சாரமான பிராமணக் குடும்பத்தில் பிறந்தவர் வாலாம்பாள். செல்லப் பெய-ரால் மணி என்றும் மணியம்மையென்றும் அழைக்கப்பட்டார். திருமணம் என்றால் என்னவென்று அறியாத ஒன்பது வயதில் தன்னை விட இருபத்தியாறு வயது மூத்த முப்பத்தைந்து வயதுடைய நாகப்பட்டணம் குஞ்சிதபாதய்யருக்கு இரண்-டாம் தாரமாக வாழ்க்கைப்பட்டார். அத்தையொருத்தி தனக்குக் கிடைக்கும் சுய-லாபத்துக்காக சொத்துகள் அதிகமாக ஐயருக்கு உண்டு என்பதைத் தெரிவித்து இப்படியொரு காரியம் செய்தாள். ஐயருக்கு ஏற்கனவே இரண்டு குழந்தைகள் உண்டு. அன்றைய காலகட்டத்தில் இதுபோன்ற திருமணங்கள் சாதாரணமாக நடைபெற்றன. இதற்கென எதிர்ப்புகள் காட்டப்பட்டது போல் தெரியவில்லை. மணியம்மையின் தந்தையும் மூன்று திருமணங்கள் முடித்தவர். பல்வேறு தீய பழக்-கங்களுக்கு ஆளாகி சொத்துகளை இழந்து அகரம்குளப்பட்டு கிராமத்திலிருந்து தன் குடும்பத்துடன் மணலூருக்கு வந்து சேர்ந்தார். சிறிது காலத்தில் அவரும் மறைந்து விட்டார். மணியம்மையுடன் உடன்பிறந்தவர்களில் குஞ்சம்மாள் மட்டும் மூத்தவர். கிளி, வெங்குசாமி (எ) துரையப்பன், மோகம் ஆகியோர் இளையவர்-கள் ஆவர்.

குஞ்சிதபாதய்யர் தன்னுடைய இரண்டு பிள்ளைகளை வளர்ப்பதற்காக மணி-யைத் திருமணம் செய்து கொண்டார் எனக் கூறப்பட்டாலும் உண்மை அதுவன்று. தன்னுடைய உடல் பசிக்காக திருமணம் செய்து கொண்டார் என்பதே உண்மை-யாகும். "இவன் இந்தப் பூவை அப்பம் தின்னும் நப்பாசைக் குரங்கின் வேட்கை-யுடன் தான் குறி வைத்தான்"1 என்ற வரிகளிலிருந்து இதனை அறிய முடிகிறது. பெண்மை பூக்காத மணிக்கு இதில் உடன்பாடில்லை இருப்பினும் கணவன் வீட்டில் வாழ்ந்து வந்தார்.

சமூகத்தில் உயர்ந்த சாதி எனக் கூறப்பட்ட பிராமண சமுதாயத்திலும் குழந்-தைப் பருவம் முழுமையடையாத வயதில் மணமுடித்துக் கொடுக்கும் வழக்க-மிருந்ததையும் பெண்குழந்தைகளின் எதிர்காலம் சீரழிக்கப்பட்டதையும் புதினத்-தின் போக்குகளில் உணரலாம். ஐயர் தன்னுடைய எதிர்பார்ப்புகளுக்கு மணியைக் கொண்டு வர எவ்வளவோ முயற்சி செய்தும் எதுவும் பலனளிக்கவில்லை. இறுதி

முயற்சியாக ஒரு வெள்ளைக்காரப் பெண்மணியின் வழி மணிக்கு ஆங்கிலம் கற்-
றுத்தர ஏற்பாடு செய்தார். மணிக்குப் பாடம் கற்பித்த வெள்ளைக்காரப் பெண்-
மணி ஏசுவின் பணியாட்டியாக வாழ்ந்து கொண்டிருந்தார். அவர் மணிக்கு அறிவு
புகட்டினார். மணி தன்னுடைய மானசீக குருவாக அப்பெண்ணை ஏற்றுக் கொள்-
ளும் அளவிற்கு பல்வேறு கேள்விகளை வெள்ளைக்காரப் பெண்மணி கேட்டார்.
இளவயதில் நடத்தப்படும் திருமணம், புராணங்கள் வழியில் கூறப்படும் கதைகள்
குறித்த கேள்விகளுக்கு மணியால் பதில் கூற முடியவில்லை. இருப்பினும் மிகப்-
பெரிய மாற்றத்தை மணியம்மைக்குள் ஏற்படுத்தியது.

குஞ்சிதபாதய்யர் மிகச்சிறந்த வக்கீலாக இருந்தாலும் மணியை அவர் வழிக்குக்
கொண்டு வருவதில் சிரமங்கள் இருந்தன. அன்றைய காலத்தில் பெண்ணானவள்
பூப்படைவதற்கு முன்பாகவே மணம் செய்து கொடுக்கப்பட்டாள். பின்னர் இளவ-
யதில் பிள்ளைகள் பெற்று இறக்கும் நிகழ்வுகளும் வயதானவருக்கு மணம் செய்து
கொடுத்து இளவயதில் விதவையான நிகழ்வுகளும் சாதாரண விசயங்களாக எடுத்-
துக் கொள்ளப்பட்டன என்பதைப் புதினத்தின் பாத்திரங்களால் அறிய முடிகிறது.
கணவருடன் வாழ்ந்த போதிலும் பல செயல்பாடுகளை மேற்கொள்வதில் மணிக்குத்
தயக்கம் இருந்தது. முயற்சியில் வெற்றி பெற முடியாத குஞ்சிதபாதய்யர் வேறு
தொடர்புகளை நாடினார். மணியின் செயலால்தான் ஐயரின் நடவடிக்கைகள் மாறி-
யதாக உறவினர்கள் கருதினர். ஓர் ஆண் எவ்வளவு தவறுகள் செய்தாலும் அதற்-
குப் பெண்தான் காரணம் என உறவுகள் பழி தூற்றுவதை மணியின் வாழ்க்கையில்
காண முடிகிறது. குஞ்சிதபாதய்யர் இறந்தவுடன் உறவினர் கூட்டம் மணியின் மேல்
வெறுப்பைக் காட்டுகிறது..

வாழ்க்கையில் நிம்மதியை இழந்த மணி அந்த வீட்டிலிருந்த நகைகள், பிற
சாமான்கள் அனைத்தையும் சீ என்று உதறிவிட்டு பிறந்த வீட்டிற்கு வந்து சேர்ந்-
தார். கணவன் இறந்த பின்னர் எந்நேரமும் கணவனை தெய்வமாகக் கருதி தன்
மீதிக் காலத்தைக் கழிக்க வேண்டுமென்ற அடிமைத்தளையிலிருந்து மீள எண்-
ணினார். கணவனை இழந்த பெண் வாய்க்குச் சுவையான உணவை உண்-
ணக்கூடாது; மொட்டையடிக்க வேண்டும்; இரவிக்கை அணியக்கூடாது... இவை
போன்ற நிறைய கட்டுப்பாடுகள் விதிக்கப்பட்டிருந்தன. மணி இதி;ல் பலவற்றில்
வேறுபாடு கொண்டவராக இருந்தார். மற்றவர்கள் செய்யாத மீறலாக இரவிக்கை
தைத்துப் போட்டுக் கொண்டார். கணவனை வணங்காமல் கடவுளை வணங்கி-
னார். இந்நிகழ்வை அன்றைய காலச் சமுதாயச் சூழலில் ஒரு புரட்சியாகக் கரு-
தலாம். இதுவே மணி செய்த புரட்சியின் முதல் படியாக அமைந்தது. '' மணி,
கூட்டுக்குள்ளே இருக்கும் புழுவைப்போல் எதிர்ப்புச் சக்தியின் உயிர்ப்பில் இயங்-
கிக் கொண்டிருக்கிறாள் ''2 இக்கருத்து மணியின் செயல்பாட்டை வெளிப்படுத்தி-
யுள்ளது. எனினும் ஆரம்பகால சூழலில் மணியம்மை சில சடங்குகளை ஏற்றுக்-

கொண்டு வாழ்ந்து வந்தார்.

பெண்ணடிமை நிலை

பெண் ஏன் அடிமையானாள் என்ற விவாதங்கள் தற்காலத்தில் மேடைகளில் இடி முழக்கங்களாய் ஒலிக்கின்றன. மணியம்மையின் காலம் அவ்வளவு எளிமையானதாக இருக்கவில்லை. மணி உறவினர் வீட்டிற்குத் தன் தாயுடன் போயிருந்தார். அப்போது அங்கு உபந்நியாசம் செய்யும் பாகவதர் ஒருவரும் அங்கு வந்திருந்தார். மணி உறவினர் வீட்டினுள் இருந்த போது மணியைப் பற்றி விமர்சனம் செய்தார். பொறுத்துக் கொள்ள முடியவில்லை என்றாலும் அமைதியாக இருந்தார். பாகவதரின் சொற்பொழிவைக் கேட்க அனைவரும் சென்றிருந்தனர். மணியும் உடன் சென்றிருந்தார். துருவ சரித்திரம் என்ற பெயரில் பெண்களுக்கான தர்மங்களைக் கூறிக் கொண்டிருந்தார். திரௌபதி துரியோதனன் விழுந்ததைப் பார்த்து சிரிக்காம இருந்திருந்தா மகாபாரதம் இல்லை. பொம்பள சிரிச்சாப் போச்சுங்கறது இதனால் தெரிகிறது. சம்பாசுர யுத்தத்தில கைகேயி ஸ்த்ரீ தர்மம் மீறி தேரோட்டினா அது மூலமா வரம் கேட்டு புருசன் உயிரே போனது என இவ்வாறு பேசினார். மேலும், " கன்னிகளை ருதுவாகும் முன்ன, மஹாவிஷ்ணு ஸ்வரூபமான பிரும்மச்சாரிக்கு தானம் பண்ணிடணும்னு வச்சிருக்கா, ஜலம் எப்படி ஒரு இடத்தில் தரிக்காதோ, அப்படி ஸ்த்ரீ ஹ்ருதயம் சலனமடைவது இயற்கை"3 என்றார். பாகவதரின் கருத்துப்படி பெண் மனம் சலனமடைவதால் பூப்பெய்தும் முன்னரே திருமணம் செய்து கொடுத்துவிட வேண்டும் எனக் கூறப்பட்டுள்ளது. இவ்வாறு கூறப்படுவது பெண்களை அடிமைப்படுத்தும் போக்கு என்பது புலனாகிறது. அப்படிப்பார்த்தாலும் பிரும்மசாரிக்குத் தான் திருமணம் செய்து தர வேண்டும் எனக் கூறப்படுவதைக் கேட்கும்போது ஒருவன் இரண்டு, மூன்று திருமணம் செய்து கொள்வது எந்த தர்மத்தில் கூறப்பட்டுள்ளது என்பது புலப்படவில்லை. இஃது முழுக்;க முழுக்க பெண்ணடிமைக்கான உபதேசம் என்பது மட்டும் தெளிவாகப் புரிகிறது. கணவனை இழந்த பெண் கணவனைத் தவிர வேறு எந்த தெய்வத்தையும் வணங்கக்கூடாது. மணிக்கு பாகவதரின் பேச்சில் சிறிதளவு கூட உடன்பாடில்லை. ஆணினத்தால் உருவாக்கப்பட்ட சட்டங்கள் அனைத்தும் பெண்ணினத்திற்குப் போடப்பட்ட முட்டுக்கட்டைகள் என்பதை உணர்ந்தார். இனிமேல் கடவுள் வழிபாடும் வேண்டாம் என்ற முடிவுக்கு வந்தார்.

புதிய வெளிச்சம்

சுதேசமித்திரன் இதழில் போடப்பட்டிருந்த செய்தி மணியின் வாழ்க்கையில் மிகப் பெரிய திருப்புமுனையை ஏற்படுத்தியது. காந்தியடிகள் செப்டம்பர் மாதத்தில் நாகப்பட்டினம், தஞ்சை, மன்னார்குடி ஆகிய பகுதிகளில் சுற்றுப்பயணம் மேற்கொள்வதாகப் பத்திரிகைச் செய்தி அமைந்திருந்தது. காந்தியடிகள் பெண்ணடிமைத்தனத்தை வெறுப்பவர். எவ்வாறேனும் காங்கிரசில் இணைந்து மக்களுக்கு

சேவை செய்ய வேண்டும். 'மக்கள் சேவையே ; மகேசன் சேவை' என்பதுணர்ந்து காங்கிரஸில் சேர தன் உறவினரான சிமிளி சாம்பசிவ அய்யரை நாடினார் . அவரும் காந்தியடிகளைப் பார்க்கக் கூட்டிச் சென்றார். அங்கு காந்தியடிகளைக் கண்ட மணி உற்சாகமடைந்தார். தாங்கள் வந்த காரணத்தை அய்யர் கூற, ஒருவர் காந்தியடிகளுக்கு இந்தியில் மொழிபெயர்த்தார். காந்தியடிகள் புன்னகைத்து, "கதர்ப் பிரசாரமும், தீண்டாமைப் பிரசாரமும் உங்களுக்கு ஏற்றது. பெண்கள் நிறைய பேர் இந்தத் தேசிய இயக்கத்தில் சேர வரும்போது நாம் சுயச்சார்பு உள்ளவர்களாக ஆவோம்..."4 என்றார்.

காந்தியடிகளின் பேச்சு புதியதோர் மகிழ்ச்சியை மணியின் மனதில் ஏற்படுத்தியது. இத்தனை காலமாக மனதில் கிடந்த விசயங்கள் புதிய பொருளுடன் அறிவைத் தூண்டிவிட்டன. தன்னுடைய வாழ்க்கையை மக்களுக்காக அர்ப்பணிக்கத் தொடங்கினார். பெண்களுக்கும் குழந்தைகளுக்கும் தூய்மையாக இருப்பது எப்படி? என்பதைக் கற்றுக் கொடுத்தார். மதுவிலக்குப் பிரச்சாரம், தீண்டாமை ஒழிப்பு போன்ற செயல்பாடுகளை மேற்கொண்டார். ஆண்களைப் போன்றே பெண்களும் என்னும் கருத்துக்கு முன்னுதாரணமாக விளங்கினார். மணிக்கு உறவினர்களுக்குள்ளும் மற்றவர்களிடையேயும் மதிப்புக் கிடைத்தது. கட்சிக்கு நிதி திரட்டினார். கட்சியில் இருப்போரில் பெரும்பான்மையானோர் காந்தியின் கொள்கைகளைப் பின்பற்றுவதில்லை என்பதை சிறிது காலத்தில் அறிந்து கொண்டார். சாதிய ஏற்றத்தாழ்வு கூடாது என்பது காந்தியின் கொள்கை. ஆனால் கொள்கை பல இடங்களில் மீறப்பட்டுவிட்டதை மணியால் அறிய முடிந்தது. கட்சியில் இருப்பவர்கள் காங்கிரஸில் இருப்பதை ஒரு கௌரவமாகக் கருதிச் செயல்படுகின்றனர் என்பதையும் கட்சியின் கொள்கைகளிலிருந்து விலகிச் செயல்படுவதையும் மணியால் ஏற்றுக் கொள்ள முடியவில்லை. 'ஹரிஜனங்கள்'; என்றால் தாழ்த்தப்பட்டவர்கள் அல்லர். 'கடவுளின் மக்கள்' என்று காந்தியடிகள் கூறுவதை மக்களுக்கு எடுத்துரைத்தார். இதற்கிடையில் பட்டாமணியம்பிள்ளை என்னும் முதலாளியும் அவருடைய மகனும் சமூகத்தில் சாதி என்ற பின்தங்கிய நிலையில் இருப்பவர்களை அடிமைப்படித்தியதையும் பக்கிரிசாமி போன்ற ஆண்டைப்பரம்பரையின் ஏவலாளர் என்னும் நடுவாள்களின் பணியும் மக்களை அடிமைப்படுத்தியதையெண்ணி பாமர மக்களுக்கு ஆதரவாக, முதலாளி வர்க்கத்தை எதிர்த்துப் போராடினார்.

பெண்கள் என்றால் ஆச்சாரம் எனச் சொல்லி சிமிழுக்குள் அடக்கி வைக்கும் நிலையைக் கடந்தார். வேட்டி அணிந்து விதவைக்குரிய முறைப்படியிலான மொட்டையடிக்காமல் கிராப் போன்று தலைமுடியை வைத்துக்கொண்டு மலையாளப் பெண்கள் அணிவது போல் துண்டை மேலாகப் போர்த்தி தனக்கொரு தனி ஆடை நாகரிகத்தை உருவாக்கிக் கொண்டார். தன்னுடைய சொந்த சமூகமான பிராமண சமூகம்,; பட்டாமணியம் பிள்ளை போன்றவர்களின் எதிர்ப்பு இவற்றையெல்லாம்

மீறி போராடத் தெரியாமல் உழைக்க மட்டும் தெரிந்தவர்களின் பிள்ளைகளுக்கு கல்வியைப் போதித்தார். தன்னுடைய சொந்த வாழ்க்கை வறட்சியானதாக இருப்-பினும் பொதுநலத் தொண்டு செய்வதில் முனைப்போடு செயலாற்றி எதிர்ப்புகளைச் சம்பாதித்தார்.

கள்ளுக்கு எதிர்ப்பு

மனிதனின் மூளையைச் செயலாற்ற விடாமல் தடுக்கும் கள்குடிக்கும் நிலை-யைக் கண்டிக்க சிறுவர்களின் மூலமாக தென்னை மரங்களில் இருக்கும் கள்பா-னைகளை, கற்களை வீசி உடைக்க வைத்தார். தன்னுடைய சகோதரன் மூலமாக சமூகத்துக்கு ஆதரவாகப் போராட எதிர்ப்பு வந்த போது சொந்த வீட்டிலிருந்து வெளிச்செல்லும் நிலைக்கு ஆளானார். சிலரின் வசைச்சொல்லுக்கும் ஆளா-னார். பெண் என்றால் தைரியமாக இருக்கவேண்டும் என்பதற்காக சிலம்பம் கற்றுக் கொண்டார். அன்றைய காலத்தில் புதுமைப்புரட்சியாக சைக்கிள் ஓட்டவும் மணி-யம்மை கற்றுக் கொண்டார்

பட்டாமணியம் மூலமாக நெல் திருட்டுக்கு காரணமானவர் எனப் பொய்க்குற்-றம் சாட்டப்பட்டு நீதிமன்றத்தில் நிறுத்தப்பட்டார். தனக்காகத் தானே வாதாடினார். ஒரு கட்டத்தில் திருவாரூர் நீதிமன்றத்தில், 'இன்றும் மணியம்மை கேஸா' என நீதிபதி கேட்கும் அளவிற்கு பல்வேறு குற்றச்செயல்கள் செய்ததாக இடைவிடாமல் மணியம்மை மீது ஆதிக்கம் கொண்டவர்கள் வழக்குப் போட்டனர். இருப்பினும் அதை எதிர்கொண்டார். காந்தியடிகள் வழி எனக்கருதப்பட்ட காங்கிரஸ் கட்சி , " மதுவிலக்கும் அரிசன முன்னேற்றமும் காங்கிரஸ் கட்சியின் உயிரான கொள்-கைகள்"5 எனச் சொல்லப்பட்டது.. ஆனால் சொல்லில் இவற்றைச் சொல்லிவிட்டு செயலில் போலித்தன்மையோடு செயல்பட்டவர்களைப் பார்த்து அக்கட்சியிலிருந்து மணியம்மை விலக எண்ணினார். கட்சியின் கொள்கையைப் பேசி மட்டும் ஒரு பயனுமி;ல்லை என்பதை விரைவில் புரிந்து கொண்டு செயல்பட்டார்.

கிசான் கமிட்டி

மக்களுக்கான இயக்கம் ஒன்று இருக்க வேண்டும் என்ற நோக்கில் மணி-யம்மை, " நாகை தாலுகா கிசான் கமிட்டி, மணலூர்"6 என்ற ஓர் இயக்கத்தை உருவாக்கினார். மக்கள் ஒன்றாக இருக்க வேண்டும். முதலாளி வர்க்கத்தால் தொழிலாளிகளுக்கு இழைக்கப்படும் சாட்டையடி, சாணிப்பால், தொழுவக்கட்டை உள்ளிட்ட அநியாயங்கள் தொலையவும், ஆங்கிலேயரை நாட்டை விட்டு விரட்-டவும் கிசான் கமிட்டி திட்டம் வகுத்தது. நிலத்தில் உழைத்து சாகுபடி பண்ணும் ஜனங்கதான், "கிசான்" என மக்களுக்குத் தெளிவுபடுத்தினார் மணியம்மை. பட்-டாமணியம் உள்ளிட்ட ஆதிக்கக்காரர்கள் பல்வேறு இன்னல்களுக்கு மணியம்மை-யையும் மக்களையும் ஆளாக்கினர். மணியம்மை இப்பிரச்சினைகளை சரியான முறையில் கையாண்டார்.

மணியம்மையின் நண்பராக விளங்கும் தாரா அச்சகத் தோழர் முதன்முதலாக கீவள் என்னும் ஊரில் நடத்தப்பட்ட சோஷலிஸ்ட் மாநாட்டில் நடந்த பிரசுரத்தை மணியம்மையின் துணையுடன் மக்களிடையே காட்டினார். அப்பிரசுரத்தின் முகப்பு அட்டையில், "அரிவாள், சுத்தியல்- நட்சத்திரம் கொண்ட சிவப்புக்கொடி"7 அச்சிடப்பட்டிருக்கிறது. இச்சின்னம் விவசாயிகளுக்கானது, தொழிலாளிகளுக்கு ஆதரவானது, உரிமைகளைக் கேட்டுப் பெற வேண்டும் என்பதற்காக உருவாக்-கப்பட்ட இச்சங்கத்திற்கு மணியம்மை தலைவர் என அறிவிக்கப்பட்டது. சீனிவா-சராவ், மணலி கந்தசாமி போன்றோர் அரசியல் களத்தில் மணியம்மைக்கு முன்-னோடிகளாக விளங்கினர்.

பண்ணை அடிமை முறைக்கு காரணமாக இருந்த பட்டாமணியத்தின் காரி-யக்காரன் ஒருவன் மணியம்மையின் அரவணைப்பில் இருந்த சிறுவனை அடித்து மிதித்ததால் கோபம் கொண்ட மணியம்மை அரிவாள் ஒன்றினால் காரியக்காரன் கையை வெட்டினார். வெட்டிவிட்டு வெலவெலத்துப் போனார். " மொட்டை பொட்டச்சி கொலை பண்ணிட்டாளே"8 என மணியம்மையின் மீது கேஸ் போடப்-பட்டு காவல்நிலையத்திற்கு அழைத்துச் செல்லப்பட்டார். சப்- இன்ஸ்பெக்டர் உண்-மையறிந்து மணியம்மையை வீட்டுக்குப் போகக் கூறிவிட்டார். சேரி மக்களெல்லாம் மணியம்மைக்குப் பாதுகாவலாக நின்றனர். அவ்வப்போது தோழர்களின் மூலமாக கூட்டம் கூட்டி நாட்டில் நடக்கும் அநியாயங்களை எடுத்துக்கூறி, மக்கள் போராட வேண்டியதன் தேவையை உணர்த்தினார். பலமுறை ஆதிக்கக்காரர்கள் மணியம்-மையைக் கொல்ல முயன்ற சம்பவங்கள் நடைபெற்றுள்ளன. காயங்கள் பல பட்-டிருந்தாலும் மணியம்மை அதிலிருந்து தப்பித்திருந்தார்

வெள்ளைக்காரர்கள் ஆசைகாட்டி பாமரர்களை பட்டாளத்தில் சேர்க்க முனைந்தபோது மணியம்மை தன்னுடைய தீவிர முயற்சியால் தடுத்துவிட்டார். அது மட்டுமில்லாமல் பல்வேறு எதிர்ப்புகளுக்கு உள்ளான அம்மையார், தற்காப்-புக்காக எப்போதும் சூரிக்கத்தி வைத்திருப்பார். இரவு பகல் பாராமல் மக்களுக்கா-கப் போராடியதால் ஆயுதம் அவசியப்பட்டது.

தொழிற்சாலைகளில் பணியாற்றும் தொழிலாளிகளுக்காக பல்வேறு போராட்-டங்களை நடத்தியதால் பட்டாமணியத்தைப் போல் எதிரிகள் அதிகரித்தனர். தொழிலாளிகளுக்கு பஞ்சப்படி, கிராச்சுவிட்டி, பிரசவ லீவு உள்ளிட்டவை மணி-யம்மையால் கிடைக்கப்பெற்றது. ஆணவம் கொண்ட முதலாளி வர்க்கத்தால், 'மொட்ட கம்னாட்டி' எனத் தூற்றப்பட்டபோதும் ஒடுக்கப்பட்டவர்கள் மேலெழுந்-துவர உத்வேகமாகச் செயல்பட்டார்.

துப்புரவாளர்களுக்கு ஆதரவு

மனித சமூகத்தில் மிகவும் உன்னதமானவர்கள் என துப்புரவாளர்களைக் கரு-தலாம். ஒரு தாயானவள் பிள்ளையின் கழிவுகளை எப்படி அப்புறப்படுத்தி தூய்-

மைப்படுத்துவாளோ அதைப் போன்ற பணியை மற்றவர்களுக்காகச் செய்பவர்-கள் துப்புரவாளர்கள். 'தூய்மைப்படுத்தும் விளக்குமாறு அழுக்காய் இருப்பினும், தூய்மை செய்ய அதனால்தான் முடியும்' எனக் கூறப்படும் பழமொழியைப் போல் தங்களை அழுக்காக்கி சமூகத்தை தூய்மையாக்குகிறார்கள். ஆனால் மக்களோ, "சீ! எட்டிப்போ! தோட்டி"9 என உதாசீனப்படுத்துகிறார்கள். துப்புரவாளர்கள் மரி-யாதையாக நடத்தப்பட வேண்டும், சமூகத்தில் ஒதுக்கப்பட்டவர்களாக, ஒடுக்கப்-பட்டவர்களாக இருக்கக் கூடாது என்பதற்காக அவர்களுக்கும் சங்கம் வேண்டும், உரிமை கிடைக்க வேண்டும் எனப்பாடுபட்டார் மணியம்மை.

ஜனசக்தி இதழ் மணியம்மையின் செயல்பாட்டையும் தொழிலாளிகளின் நிலை-களையும் பத்திரி;கை உலகிற்கு அறிமுகப்படுத்தியது. மணியம்மை ஒரே இடத்தில் நிரந்தரமாகத் தங்குவதில்லை. எங்கெல்லாம் ஒடுக்கப்பட்டவர்கள் அடக்கப்படுகி-றார்களோ, அங்கெல்லாம் சென்று நீதிக்காகப் போராடி வெற்றி காண்பவராகத் திகழ்ந்தார்.

கவிக்குயில் சரோஜினியம்மாவின் பேச்சுகளைக் கேட்பதிலும், பொட்டுக்கட்டும் தாசி தொழில் நிறுத்தப்படவேண்டும் எனப் போராடிய மூவலூர் இராமாமிருதம் அம்மாவோடு பழகுவதிலும் பெருவிருப்புக் கொண்டு, மக்கள் சேவையை மனசாட்-சியோடு செய்து சிறப்புடன் செயல்பட்டார்..

செங்கொடிச்சங்கம்

தொழிலாளர்களுக்காக செங்கொடிச்சங்கம் உருவாக்கப்பட்டது. கதிரும் அரி-வாளும் போட்;ட சின்னம், பாட்டாளியை மதித்து கௌரவிக்கும் சின்னம். உழவர்-களும் தொழிலாளிகளும் ஒன்று சேர்ந்து நாட்டை, சமுதாயத்தை விடுதலை செய்யும் சின்னம் என மணியம்மையால் மக்களிடையே சொல்லப்பட்டது. நாடு சுதந்திரம் பெற்றாலும் இன்னும் அடிமைநிலை தீரவி;ல்லை என்பதை மணியம்மை பல்வேறு கூட்டங்களில் எடுத்துரைத்து வந்தார்.

மணியம்மையின் உயிருக்கு அச்சுறுத்தல்கள் இருந்து கொண்டுதான் இருந்தது. சிறைக்குச் செல்லவும் நேரிட்டது. கடலூர் சிறையில் மணியம்மை அடைக்-கப்பட்டார். பின்னர் வேலூர் சிறைக்குக் கொண்டு செல்லப்பட்டார். எவ்வித பயமும் இன்றி அனைத்தையும் எதிர்கொண்டார். சிறைச்சாலையில் தவிப்பவர்-களைப் பார்த்தும், அங்கு நிலவிய சூழலைப்பார்த்தும் மணி வருத்தமடைந்தார். சிறைக்கு குழந்தையுடன் வருகின்ற பெண்கள் யாரும் தன் குழந்தையுடன் விடு-தலை பெற்றுப் போனதாய் சரித்திரமில்லை என்பதைக் கேட்டு மணியம்மை துடி-துடித்தார். சிறைக்கைதிகளின் குழந்தைகள் போதிய உணவில்லாமல், உடம்புக்கு ஊழிசல் ஏற்படும் உணவுகள் சிறையதிகாரர்களால் கொடுக்கப்பட்டு, ,அந்தக் குழந்-தைகள் இறந்துவிடும் நிலையையைப் பற்றியும் மணியம்மை அறிந்து கொண்டார். சிறைக்கைதிகளின் வாழ்க்கை வரலாற்றை விசாரித்து, இழைக்கப்பட்ட அநீதிக-

ளைக் கேட்டு மனம் நொந்தார். அவ்வப்போது நோய் ஏற்பட்டு துன்பத்தையும் அனுபவித்தார். மருத்துவமனையில் அனுமதிக்கப்பட்டு சிகிச்சை பெற்று வந்தார். தீவிர கம்யூனிஸ்டான சிவப்பி அம்மாவிடம் போலீசுக்காரன் ஒருவன் செங்கொடியைப் பறித்ததால், அவன் கைத்துப்பாக்கியைப் பறித்து அதிலேயே அடித்தவர் இராமநாதபுரம் சிவப்பி அம்மா. அவ்வாறு செங்கொடி காத்த சிவப்பி அம்மா பதினெட்டு வயது கூட நிரம்பாதவர். லத்தியால் அடிக்கப்பட்டதைக் கேள்விப்பட்டு அவரைச் சந்தித்துப் பேசப்போனார் மணியம்மை. சிவப்பி பேச முடியாத நிலையில் கிடந்தார். சிவப்பிக்காக மணியம்மை சிறையதிகாரியிடம் பேசி , இதைப் போன்ற நிலை இனி ஏற்படாத வண்ணம் செய்தார்.

புயலால் பாதிக்கப்பட்ட நாகை

சிலகாலம் சிறை தண்டனை அனுபவித்த வெளியே வந்தார் மணியம்மை. நாகை புயலால் தாக்கப்பட்டது. இந்தச்சூழலில் சீர்திருத்தப்பணியில் ஈடுபட்ட உழைப்பாளிகளுக்கு நியாயமான ஊதியத்தைப் பெற்றுத்தரப் போராடினார். 1953 ஆம் ஆண்டு விவசாயிகள் சங்கத்தின் 5- ஆவது மாநில மாநாடு கூடுவதற்கு முன்பே ஆதிக்கக்காரர்களால் மணியம்மை அன்னியப்படுத்தப்பட்டார். மணியம்மையின் செங்கொடிச் சங்கத்திலிருந்து விலகி காங்கிரசில் சேர மக்கள் நிர்பந்திக்கப்பட்டனர்.

மக்களுக்காகக் போராடியதால் பாமரமக்களும், 'நம்ம மணியம்மா' எனப் பாசம் காட்டினர். தோழர்கள் பலர் மணியம்மைக்குத் துணையாக இருந்தனர். மக்களுக்கு ஆதரவான போராட்டங்கள் தொடர்ச்சியாக நடைபெற்று வந்தன. ஆணாதிக்கச் சூழல், யந்திரகதியாகப் போன அமைப்பு இவற்றால் மணியம்மை பிற்காலத்தி;ல் உடன் இருந்தவர்களால் ஓரங்கட்டப்பட்டார் என்பது வரலாற்றில் அழிக்க முடியாத நிகழ்வாகும்.

மான் முட்டி இறந்த மணியம்மை

திருவாரூருக்குப் பக்கத்தில் பூந்தாழங்குடி என்னும் கிராமத்துக்கு ஒரு பண்ணையாரிடம் தொழிலாளர்களுக்காகப் பேச மணியம்மை சென்றிருந்தார். அங்கு ஒருவர் கலைமான் வளர்த்து வந்தார். தனக்குத் தெரிந்த பிணைவாசல் நாகப்பன் என்னும் நபரோடு பேசிக்கொண்டு திருவாரூர் செல்லும் பேருந்துக்காகக் காத்துக் கொண்டிருந்தார். கட்சிகளுக்கிடையே பிரச்சினைகள் இருந்த காலகட்டம் அது. அப்போது எங்கிருந்தோ ஓடி வந்த மான் மணியம்மையைக் குத்தி விட்டது. குடல் சரிய, மண்ணில் இரத்த வெள்ளம் ஓடச் சரிந்தார். அங்கிருந்தவர்கள் பதறினார்கள். மருத்துவமனை கொண்டு சென்றார்கள். காந்தி இறந்தபோது வந்த கூட்டத்தைப் போல் கூட்டம் பெருகியது. திருவாரூர் அன்று கண்ணீரில் மூழ்கியது. மணியம்மையைப் பழித்தவர்களும் வாயடைத்துப் போனார்கள். எதிரிகளும் இரங்கல் கூட்டம் நடத்தினர். மான் குத்தியதா? வேறு ஏதேனும் அங்கு நடந்ததா?

என்ற விவாதங்கள் ஒருபுறம் போய்க்கொண்டிருந்தன. அந்த மான் தானாக அங்கு வரவில்லை. ஒருவரின் தூண்டுதலால் மான் மூக்கில் குச்சி நுழைக்கப்பட்டு வெறி-யேற்றப்பட்டு, மணியம்மையைக் கொல்வதற்காக விரட்டப்பட்டது எனவும்; செவி வழிச் செய்திகள் கூறுவதாகச் சொல்லப்படுகிறது. உறுதியான தகவல்கள் மறைக்-கப்பட்டதாகதவும் சொல்லப்படுகிறது. வலுவான சாட்சியங்கள் இல்லையா? என்-பது புலப்படவில்லை. அரசு ஆவணங்கள் மணியம்மை மான்முட்டி இறந்ததாக உறுதிப்படுத்தியதாகச் சொல்லப்பட்டுள்ளது. மணியம்மை இறந்தது கொலையா? விபத்தா? என்பதற்கான தீர்வு முழுமையாக சொல்லப்படவில்லை எனக் கருதவும் இடமுண்டு. மண்ணை நம்பி வாழ்ந்தவர்களுக்காகப் போராடிய மணலூர் மணி-யம்மை மண்ணிலும் மக்கள் மனதிலும் நீங்கா இடம் பிடித்தார்.

முடிவுரை

சாதிக்கொடுமைக்கு எதிராக, ஒடுக்கப்பட்டவர்களுக்கு ஆதரவாக, பொதுவு-டைமையின் விடியலாய் திகழ்ந்தவர் மணியம்மை. பிராமண சமூகத்தில் பிறந்து, விவரமறியாத இளவயதில் இரண்டாம் தாரமாய் வாழ்க்கைப்பட்டு, வாழத் தொடங்-குகிற காலத்தில் கணவனை இழந்து, தனக்குக் கொடுக்கப்பட்ட சொத்துகளை வாங்க மறுத்து, சமூகத்தில் நிகழ்ந்த பல தீமைகளுக்கு சாவுமணியடித்து கால-வெள்ளத்தில் கலந்த மணியம்மையின் "பாதையில் பதிந்த அடிகள்" என்னும் வரலாறு ராஜம் கிருஷ்ணனால் வரலாற்றில் நிலைத்து விட்டது. ராஜம் கிருஷ்-ணனின் தளராத களப்பணியையும், மணியம்மையின் வரலாற்றைச் சேகரிக்கும் போது அவருக்கு எப்படிப்பட்ட அனுபவம் நிகழ்ந்திருக்கும் என்பதை நினைக்கவும் மனம் அஞ்சுகிறது. 'மணலூர் மணியம்மை' - யின் வாழ்க்கை வரலாற்றில் நிலைத்துவிட்டது.

தொகுப்புரை

உலக இலக்கியங்கள் பலவற்றிலும் ஏதாவது ஒரு வகையில் மனிதனுக்குள் இருக்கும் வேறுபாடுகள் சொல்லப்பட்டுள்ளன. அவ்வகையில், ' பாதையில் பதிந்த அடிகள்;' என்னும் இப்புதினம், சுதந்திரப்போராட்டத்தை விடக் கொடுமையான ஆண் பெண் வேறுபாடுகள், சாதி அடிப்படையில் மேல் கீழ் வேறுபாடுகள் ஆகிய-வற்றை உள்ளடக்கியதாக அமைந்துள்ளது. மணலூர் மணியம்மை என்பவர் விவ-ரம் அறியாத வயதில்; தன் வாழ்க்கையை இழந்திருந்தாலும், மக்களுக்காகப் பாடு-பட்டார். அதனால் வர்க்க முரண்பாட்டாளர்களின் எதிர்;ப்புகளுக்குஆளானார். இருப்பினும் இறுதி வரை போராடினார். அத்தகைய ஒரு தேசிய வரலாற்றை உள்-ளடக்கியதாக. இப்புதினம் அமைந்துள்ளது.

அடிக்குறிப்புகள்

1. பாதையில் பதிந்த அடிகள் - ராஜம் கிருஷ்ணன், ப. என் - 17, ப. ஆ. 1991, தாகம், சூ15, மாசிலாமணித் தெரு, பாண்டி பஜார், தி. நகர், சென்னை

600 017.

2. மேலது, ப .எண்- 22

3. மேலது, ப. எண் - 23

4. மேலது, ப. எண் - 35

5. மேலது, ப. எண் - 93

6. மேலது, ப. எண்- 99

7. மேலது, ப. எண்- 104

8. மேலது, ப. எண்- 107

9. மேலது, ப. எண் - 108

9

நாட்டுப்புறமக்களின் பிள்ளைப்பேற்றுச் சிந்தனைகள்

ஏட்டிலக்கியங்கள் தோன்றுவதற்கு முன்பே வாய்மொழி இலக்கியங்களாகவும் காற்-றில் மிதந்த கவிதைகளாகவும் சுட்டப்பெறும் நாட்டுப்புற இலக்கியங்கள் தோன்றி-விட்டன. நாட்டுப்புற மக்கள் ஏட்டுக்கல்வியை விட வாழ்க்கைக் கல்வியை நன்கு உணர்ந்தவர்களாக விளங்குகின்றனர். பெண்ணினத்திற்குப் பெருமைசேர்க்கும் பிள்-ளைப்பேறு குறித்த சிந்தனைகள் சமூகச்சூழலில் எவ்விதம் விளங்கியது என்பதை ஆராய்வதாக இக்கட்டுரை அமையவிருக்கிறது.

நாட்டுப்புறவியல்-விளக்கம்

நாட்டுப்புற மக்களின் கலைகளையும் இலக்கியங்களையும் நம்பிக்கைகளையும் பழக்கவழக்கங்களையும் பண்பாடுகளையும் இன்னுமுள்ள பல்வேறு மரபுகளையும் அறிந்து கொள்ளும் இயலே நாட்டுப்புறவியலாகும். எழுதிப்படிக்காமல் காதால் கேட்டும், மனதால் சிந்தித்தும் பல்வேறு பாடல்களை வெளிப்படுத்தும் திறமுடைய-வர்களாக நாட்டுப்புறமக்கள் செயல்பட்டதை பாடல்கள் உணர்த்துகின்றன.

பிள்ளைப்பேற்றுச் சிந்தனைகள்

ஒரு மனிதனின் வாழ்க்கையை முழுமைப்படுத்துவது பிள்ளைப்பேறாகும். இச்-சிந்தனை வாழ்க்கை சிறப்புடையதாக விளங்க முக்கிய காரணியாகும். பொருட்-செல்வம் இருப்பினும் பிள்ளைப்பேறு இல்லையாயின், அதனால் யாதொரு பயனும் இல்லை என்ற மனப்பாங்கு நாட்டுப்புற மக்களின் வாழ்வியலில் பரவலாகக் காணப்படுகிறது. பெண்மைக்குப் பெருமை தருவது தாய்மையாகும். அத்தகைய

வாய்ப்புக்கிட்டாத பெண்ணுக்கு வாழ்க்கை நரகமாக அமைந்து விடுகிறது.

பிள்ளைப்பேறு இல்லாத பெண்ணுக்குச் சமுதாயம் வழங்கும் பட்டம் 'மலடி', 'வறடி' ஆகியனவாகும். மலடியாகவிருந்தால் தொட்டதெல்லாம் துலங்காது என்ற எண்ணம் மனித மனங்களில் மேலோங்கியிருந்தது.மேலும் பிள்ளையில்லாத வீட்டில் உண்பது பாவமாகக் கருதப்பட்ட நிலையும் சமூகத்தில் பரவியிருந்ததாகக் கூறுவர்.

விநோதப் பழக்கங்கள் என்று நாம் கருதும் உலகப் பழங்குடிகளின் சில பழக்-கங்கள் பிள்ளைப்பேற்றுடன் தொடர்புடையதாக இருப்பதை ஆய்வாளர்கள் பதிவு செய்துள்ளனர். "மடகஸ்காரில் அதிகக் குழந்தை பெற்ற பெண்ணே சிறந்த மணம-களாகக் கருதப்படுகிறாள். மணமக்களைச் சில மாதங்கள் தனிமைப்படுத்தலும,; குழந்தை உண்டானால் அவர்களுக்கு மணம் செய்வித்தலும், உண்டாகவில்லை-யென்றால் பிரித்து விடுதலும் சில பழங்குடிகளிடையே நடைமுறையில் உள்ள பழக்கமாகும். பெண்கள் கன்னி கழியாமல் இறப்பது பாவம் என்று கருதி அவ்-வாறு இறந்துவிட்டால் பிணத்துடன் உடலுறவு செய்து புதைப்பதை வழக்கமாகக் கொண்டிருந்தனர் சில பழங்குடிகள்". இவை பிள்ளைப்பேற்றின் முக்கியத்துவத்தை உணர்த்துகின்றன. மேலும், "ஈன்று புறந்தருதல் என்தலைக் கடனே" என்ற புற-நானூற்று அடி ஒவ்வொரு பெண்ணும் குழந்தை பெற்றுத் தருவதை முதற்கடமை-யாகக் கொள்ள வேண்டும் என்பதை உணர்த்துவதாகக் கொள்ளலாம்.

பிள்ளையில்லாதோர் படும்பாடு

திருமணமாகி பிள்ளையில்லாச் சூழலில் பல வருடங்கள் கடந்த நிலையில் ,ஒரு பெண் தான் அடைந்த துயரத்தை பிள்ளைப்பேறு வாய்த்தவுடன் தன் குழந்-தைக்குப் பாடும் தாலாட்டில் வெளிப்படுத்தியுள்ளதைப் பின்வரும் பாடல் சுட்டியுள்-ளது.

" பத்து வருஷமோ
பாலனில்லா வாசலிலே
கைவிளக்குக் கொண்டு
கலிதீர்க்க வந்தவனோ?
மலடி மலடி என்று
மானிடர்கள் ஏசுகிறார்
மலட்டுக் குலமதையே நீ
மறப்பிக்க வந்தவனோ"

பிள்ளைப்பேறற்ற காலத்தில் ஊரார் ஏச்சுக்கும் பேச்சுக்கும் ஆளானதை பிள்-ளைக்குத் தாலாட்டாகப் பாடும் பாடல் வெளிப்படுத்தியுள்ளது.

பிறந்த குழந்தையைப் பார்க்க உறவினர்கள் வருவதாகத் தாயொருத்தி பாடு-கின்றாள். அப்பாட்டில் பிள்ளைப்பேற்றிற்காக தவமிருந்ததாகப் பாடுகின்றாள்.

" பாலால் படியெழுதி கண்ணே-நாங்கள்

பலநாள் தவமிருந்தோம்,

நெய்யால் படியெழுதி கண்ணே-நாங்கள்

நெடுநாள் தவமிருந்தோம்"

போன்ற அடிகள், பிள்ளை வரம் வேண்டும் என்பதற்காக ஒரு தாய் செய்த செயல்பாடுகளைக் கூறுவதாக அமைந்திருக்கின்றது.

வசதியான குடும்பத்தில் ஒரு பெண் பிறந்தாள். உடன்பிறந்தவர்கள் ஒருவ-ருமில்லை. துன்பம் என்பதை உணர்ந்திடாத வசதியான வாழ்க்கை. மணமுடித்து வந்தபின் எல்லாச் செல்வமும் இருந்தும் பிள்ளைச்செல்வம் மட்டும் வாய்க்-கவில்லை. இதனால் அப்பெண்ணுக்குத் துயரம் ஏற்பட்டது. அப்பெண்ணின் மனநிலை தாலாட்டுப் பாடலொன்றில் வெளிப்பட்டுள்ளது.

" வருசம் பத்திருவது ஆச்சு- கண்மணியே

வாசனைக்கும் பிள்ளை இல்லை

பழனிமலைமேல் இருக்கும் - கண்மணியே

பழனியாண்டவனையும் பார்த்தேன்

கொஞ்சரதுக்கும் பிள்ளை இல்லை-கண்மணியே

கொள்ளி வைக்கப் பிள்ளை இல்லை

மாமன் மச்சான் ஏசினாங்க- கண்மணியே

மற்றவர்கள் ஏசினாங்க..."

பிள்ளைச் செல்வமின்மையால் உறவுகளே ஏசும் நிலைக்கு ஒரு பெண் ஆளா-னதை உணரமுடிகிறது.மேலும், இறந்தபின் கொள்ளி வைக்கப் பிள்ளை வேண்டும் என ஏங்கிய நிலைப்பாடும் புலப்பட்டுள்ளது.குழந்தையைப் பெற்றவர்களே இவ்வுல-கில் புகழோடு வாழ்ந்து மறுமையுலகை அடைவர் என்ற கருத்து நிலவி வருவதும் இச்சிந்தனை வெளிப்படக் காரணமாக இருக்கலாம்.

பிள்ளைவரம் வேண்டல்

குழந்தைப்பேறற்ற வாழ்க்கை பயனற்ற வாழ்க்கை என்பதைப் பிள்ளைப்பே-றற்றவர்கள் பாடும் பாடல்கள் விளக்குகின்றன.சமூகத்தில் வாழ்வோர் கொடுக்கும் மனவேதனைச் சொற்களைப் பொறுத்துக் கொண்டு, எவ்வித நல்ல காரியங்களுக்-கும் செல்வதைப் பிறர் விரும்பாத சூழலை உய்த்துணர முடிகிறது. பிள்ளைப்பேறு வாய்க்காதவர்களை தீண்டத்தகாதவர் போலவே சமூகம் நடத்திய சூழல் பாடலின் வழி புலப்பட்டுள்ளது. இப்படிப்பட்ட சூழலையும் பிள்ளை வேண்டும் என ஏங்கிய-தற்குக் காரணமாகக் குறிப்பிடலாம்.

" வட்டிலிலே போட்ட சாதம்- சாமி

வாரித் தின்ன மைந்தனில்லை

கிண்ணியிலே போட்ட சாதம்-சாமி

கீறித் தின்னப் பிள்ளையில்லை

தண்ணிக்குப் போகையிலே

தடம் மறிக்கப் பிள்ளையில்லை"

என்ற பாடல் பிள்ளையில்லாத் துயரத்தை பிரதிபலிக்கிறது. சங்ககால நூலான புறநானூற்றுப் பாடலொன்று பிள்ளைச் செல்வத்தின் மாட்சிமையை இயம்பும் விதத்தில் அமைந்துள்ளது.

" படைப்புப்பல படைத்துப் பலரோடு உண்ணும்

உடைப்பெருஞ் செல்வர் ஆயினும் இடைப்படக்

குறுகுறு நடந்து சிறுகை நீட்டி

இட்டும் தொட்டும் கவ்வியும் துழந்தும்

நெய்யுடை அடிசில் மெய்பட விதிர்த்தும்

மயக்குறு மக்களை இல்லோர்க்குப்

பயக்குறை இல்லை தாம்வாழும் நாளே"

பல வகை உணவுகள் படைத்து ஒரே நேரத்தில் பலரோடு உண்ணும் செல்வராக இருப்பினும், நெய்யுடைய உணவினை தன் மேனியில் பூசிக்கொள்ளும் குழந்தைச்செல்வம் வாய்க்கப் பெறாதவர்கள், பொருட்செல்வம் மிகுந்தவர்களாக வாழ்ந்தாலும், அதனால் யாதொரு பயனும் இல்லை என்பதைப் பாடல் குறிப்பிட்டுள்ளது.

ஆண் மலடாக இருந்தாலும் பெண்தான் மிகுதியான பாதிப்புக்கு உள்ளாகிறாள். கணவன் வளமானவாக இருந்து,மனைவி மலடாக இருந்தால் அவன் வேறொரு திருமணம் செய்து கொண்டு வாழ சமுதாயம் உடன்படுகிறது. ஆனால் பெண் அப்படியொரு மாற்று வாழ்க்கை வாழ வாய்ப்பளிப்பதில்லை. ஆதலால், பிள்ளைப்பேறு வாய்க்க வேண்டும் எனக் கருதி பெண்கள் கடவுளிடம் வேண்டிக் கொள்ளும் நிலை இருந்தது.

"பிச்சைக்கோ வந்தாரோ-வேலவர்

புள்ள வரம் தந்தாரோ

பிச்ச வேணுமின்னு

பெரிய தவம் செய்து வந்தோம்

நாழிக்கிணத்து ஓடி

நடுக் கடலு தீர்த்தம் ஆடி

கோவரத்த சுத்தி- கந்தய்யா

கொடிமரத்துக் கீழிருந்து..."

என்ற பாடல், குழந்தை பிறக்க எப்படிப்பட்ட வேண்டுதல்கள் மேற்கொள்ளப்பட்டன என்பதைப் பதிவு செய்துள்ளது.

விரதப்பலன்

இறைவனை வேண்டி வெள்ளிக்கிழமை விரதமிருந்தால் பிள்ளைப்பேறு உறுதியாக வாய்க்கும் என்பதைப் பாடல் குறிப்பிட்டுள்ளது.

" வெள்ளிக் கிழமை

விரதம் அறுத்து வச்சு

புள்ளக்கலி தீர்க்க வந்த

புனக்கிளியே நித்திரை போ"

இதைப் போன்றே, அரசமரத்தைச் சுற்றினால் குழந்தைப்பேறு கிட்டும் , கோவில் மரத்தில் தொட்டில் கட்டினால் குழந்தைப்பேறு கிட்டும் என்ற நம்பிக்கை நாட்டுப்புறங்களில் உண்டு.

முடிவுரை

பேர் சொல்ல ஒரு பிள்ளை, வாரிசுக்கு ஒரு பிள்ளை, பாதுகாக்க ஒரு பிள்ளை, ஈமச்சடங்கு செய்ய ஒரு பிள்ளை இவையே பிள்ளைப்பேற்றிற்கான அடிப்படை நோக்கம் என்பதை இக்கட்டுரையின் வழி உணரலாம்.

குறிப்புதவி நூல்கள்

1. நாட்டுப்புற பாடல்கள் காட்டும் தமிழர் வாழ்வியல்-ஆறு.இராமநாதன்

2. புறநானூறு- புலியூர்க்கேசிகன் உரை

3. தமிழக நாட்டுப்பாடல்கள்- ப.ரா.சுப்பிரமணியம்

4. தமிழர் நாட்டுப்பாடல்கள்- நா.வானமாமலை

10

சைவநெறியும் சீர்திருத்தமும்

ஆய்வுச்சுருக்கம்

உலகில் வாழும் மனிதர்களின் வாழ்வியலில் இறைவனுக்கும் ஒர் இடமுண்டு. நடக்கும் நிகழ்வுகள் அனைத்தும் நம்மைக் கடந்த ஒரு சக்தியால் ஏற்படுகிறது என்பதை உணர்ந்த மனிதன், அத்தகைய சக்தி இறைவன் எனத் தீர்மானித்தான். பின்னர் இறைவனை மையமாக வைத்து மதங்கள் உருவாகத் தொடங்கின. மதங்-கள், சமயங்கள் என்பனவற்றைப் பற்றிய சரியான புரிதல் இன்னும் பரவலாக உணரப்படவி;ல்லை. மனிதனைப் பக்குவப்படுத்தி நல்லதொரு வாழ்க்கையை வாழ வழிகாட்டும் பணியைச் சமயங்கள் உருவாக்கியுள்ளன. மக்களை ஒருங்கிணைப்ப-திலும் உயிர்கள் எல்லாம் ஒன்றே என்ற அடிப்படையில் அஃறிணை உயிர்களை-யும் வேறுபடுத்திக் காணலாகாது என்பதையும் சமயங்கள் நமக்கு உணர்த்துகின்றன. . தீமை செய்தவர்க்கும் நன்மையைச் செய்ய வேண்டும் என்பதையும் மனிதனுக்-குச் செய்கின்ற சேவை கடவுளைச் சென்று சேருகிறது என்பதையும் நாள், கிழமை என்பன அடையாளங்களே தவிர அதில் நல்லது தீயது என எதுவும் கிடையாது, சாதியில் ஏற்றத்தாழ்வு கிடையாது என்பதையெல்லாம் சைவசமயத்தின் இலக்கி-யங்கள் விளக்கியுள்ளன.

கலைச்சொற்கள்

அன்பும் சிவமும் இரண்டென்பர் அறிவிலார் - நடமாடுங் கோயில் நம்பர்க் கொன்றீயில் படமாடுங் கோயில் பகவற் கதாமே - கைவினை செய்தெம் பிரான்-கழல் போற்றுதும் நாமடியோம் செய்வினை வந்தெமைத் தீண்டப் பெறாதிரு நீல-கண்டம் - " சாத்திரம் பலபேசும் சழக்கர்காள் கோத்திரமும் குலமும் கொண்டு என் செய்வீர் .

முன்னுரை

உலகில் தோன்றிய இலக்கியங்களுள் மனிதனைப் பக்குவப்படுத்தி நன்னெறி-
யோடு வாழ வழிகாட்டுதல்களைச் செய்வதில் முன்னிலையில் நிற்பன சமய இலக்-
கியங்கள் ஆகும். அரிசி, காய்கறி உள்ளிட்ட பொருள்களைப் பக்குவப்படுத்தல்
சமைத்தல், சமையல் எனப்படுகிறது. அவ்வாறு சமைக்கப்பட்ட உணவுகள், மனி-
தன் நோய் நொடியின்றி நீண்டகாலம் உயிர்வாழ வழிவகுக்கும். அதைப் போன்றே
மயக்கங்களிலும் மாயைகளிலும் சிக்கித் தவிக்கும் உயிர்களைப் பக்குவப்படுத்த-
வும் பண்பாட்டு நோக்கில் செயல்படுத்தவும் சமயம் உறுதுணையாக அமைகின்றது.
உணவு- சமையல்; உணர்வு- சமயம் எனக்கூறின் சாலப்பொருந்தும். மேலும் மனி-
தனின் வாழ்வும் அனுபவமும் ஒன்றிய சிந்தனையை சமயம் எனக் குறிப்பிடலாம்

திருமூலர்

' ஒன்றே குலம்: ஒருவனே தேவன் ' என்னும் உயரிய கருத்து சைவ சமயச்
சான்றோரான திருமூலரின் வாக்கினின்றும் வெளிப்பட்டுள்ளது. வேற்றுமைகள் பல
கொண்ட நம் சமூகத்துள் ஒற்றுமையை வலியுறுத்தும் உண்மையான உலகநெறி-
யினை வழிகாட்டுவதில் சைவநெறி முதலிடம் வகிக்கிறது. பண்பாடு சீர்குலையா-
மல் இருக்க ஒற்றுமை முதற்காரணமாக அமைகின்றது. சாதி, சமயச் சண்டை-
களால் சீரழியும் மக்களுக்கு சமத்துவத்தைக் காட்டுவதில் திருமூலரின் பாடல்கள்
முன்னிலை வகிக்கின்றன. சமயத்தின் ஒருமித்த குரலாகக் கூறப்படுவது அன்பு
ஒன்றே ஆகும். அந்த அன்பே கடவுள்; சிவன் என்பதை அறியமுடிகிறது.

"அன்பும் சிவமும் இரண்டென்பர் அறிவிலார்

அன்பே சிவமாவது ஆரும் அறிகிலார்

அன்பே சிவமாவது ஆரும் அறிந்தபின்

அன்பே சிவமாய் அமர்ந்திருந் தாரே"[1]

- (திருமந்திரம். பா. எ. 270)

கடவுளை அன்பின் வடிவமாக மட்டுமே காணமுடியும் என்ற கருத்தைப் பாடல்
பதிவு செய்துள்ளது.

இக்காலத்தில் கோயிலுக்குச் சென்று கோடிகோடியாய் பொருள் கொடுப்ப-
வர்கள் வாழ்கின்றனர். தங்கத்தால், வைரத்தால் ஆபரணங்கள் வடிவமைத்துக்
கொடுப்பவர்கள் வாழ்கின்றனர். பாலாபிடேகம், அன்னாபிடேகம் செய்பவர்கள்
இருக்கி;ன்றனர். இவையெல்லாம் இறைவனைச் சென்றடைவதாகக் கருதுகிறோம்.
உண்மையில் இவற்றில் இம்மியளவு கூட கடவுளை அடைவதில்லை. சிலையாக,
படமாக இருக்கும் கடவுளுக்கு ஒன்று செய்தால் அஃது கடவுளைச் சேர்வதில்லை.
நடமாடும் கோயிலாக விளங்கும் மனிதனுக்கு ஒன்றைச் செய்யும் போது அஃது
கடவுளை அடைகிறது.

"படமாடுங் கோயில் பகவற் கொன்றீயில்

நடமாடுங் கோயில் நம்பர்க்கங் காகா

நடமாடுங் கோயில் நம்பர்க் கொன்றீயில்

படமாடுங் கோயில் பகவற் கதாமே"2

- (திருமந்திரம் -பா. எ. 1857)

என்ற கருத்து, 'மக்கள் தொண்டே மகேசன் தொண்டு', ' ஏழையின் சிரிப்பில் இறைவனைக் காணலாம்' ஆகிய கருத்துகளுக்கு வளம் சேர்க்கிறது. கடவுள் சிலைகளில் இல்லை உயிர்களில் வாழ்கிறார் என்பதைத் திருமூலர் தெளிவுபடுத்-துகிறார்.

திருஞானசம்பந்தர்

சைவ சமயக் குரவர்கள் நால்வரில் முதலிடம் வகிப்பவர் திருஞானசம்பந்தர். சம்பந்தர் பாடற்கு ஏற்ப யாழ் இசைத்தவர் திருநீலகண்ட யாழ்ப்பாணர். பாணர் குலத்தைச் சேர்ந்த யாழ்ப்பாணர் தாழ்ந்த குலத்தைச் சேர்ந்தவர் எனக் கருதப்பட்ட காலம். அவர், அந்தணர் தெருவினுள் நுழையின் ஓம குண்டம் அணைந்துவிடும் எனப் பலர் கூற, சம்பந்தர் யாழ்ப்பாணரை அழைத்துச் சென்று ஓமகுண்டத்தின் முன் நிறுத்தினார். அப்போது முன்னிலும் சிறப்பாக ஓமத் தீ ஒளிர்தலைக் காட்டி-யதின் வழி சாதி வேற்றுமை பாராத நிலையை சைவநெறி உணர்த்துவதை அறி-யமுடிகிறது.

மூடநம்பிக்கை இன்றைய அறிவியல் உலகத்திலும் மக்களால் நம்பிக்கைக்குரி-யதாக ஏற்றுக்கொள்ளப்பட்டிருக்கிறது. ஒருமுறை பிற சமயத்தவரிடம் வாதிடுவதன் பொருட்டு திருஞானசம்பந்தர் கிளம்பினார். அச்சூழலில், திருநாவுக்கரசர் தலை-யிட்டு, இன்று நாளும் கோளும் சரியில்லை, வேறொரு நாள் செல்லலாம் எனக்-கூறி தடுத்தார். அப்போது சம்பந்தர் கோளறு பதிகம் பாடினார்.

" வேயுறு தோளிபங்கன் விடமுண்ட கண்டன்

மிகநல்ல வீணை தடவி

மாசறு திங்கள் கங்கை முடிமேலணிந்தென்

உளமே புகுந்த அதனால்

ஞாயிறு திங்கள் செவ்வாய் புதன் வியாழம் வெள்ளி

சனிபாம்பி ரண்டு முடனே

ஆசறு நல்லநல்ல அவைநல்ல நல்ல

அடியா ரவர்க்கு மிகவே"3

- (திருஞானசம்பந்தர் தேவாரம் - பா. எ. 919)

உமையம்மையை ஒரு பாகத்திலே கொண்டவன் சிவபெருமான். அவன் என் உள்ளம் புகுந்து தங்கியுள்ள காரணத்தால் ஞாயிறு, திங்கள் உள்ளிட்ட ஒன்பான் கோள்களும் குற்றம் அற்ற நலத்தைச் செய்வனவாம். அவை அடியார்களுக்கு மிகவும் நல்லனவே செய்யும் எனப் பாடிச் சென்று வாதிலே வென்றதாக தேவாரத்-

தில் இடம் பெற்றுள்ளது. இது மூடநம்பிக்கையினை வேரறுக்கும் நிகழ்வு எனக்கூறின் சாலப் பொருந்தும். பக்தியில் புரிதலானது நம்பிக்கையின் அடிப்படை என்பதும் புலனாகிறது.

திருக்கொடிமாடச்செங்குன்றூரில் மக்கள் ஒரு குறிப்பிட்ட நோயால் துன்புற்று வாடிச் செத்துக் கொண்டிருந்தனர். எல்லாம் விதி என்று மனம் தளர்ந்து, நோயிலிருந்து மீள்வதற்கான வழிவகை செய்யாது வாளாவிருந்தனர். இதனையறிந்த சம்பந்தர், விதியின் செயலைக் காட்டிலும் இறைவனது அருள் மேலானது எனக்கருதி,

அவ்வினைக் கிவ்வினை யாமென்று சொல்லும் அஃதறிவீர்
உய்வினை நாடா திருப்பதும் உந்தமக் கூனமன்றே
கைவினை செய்தெம் பிரான்கழல் போற்றுதும் நாமடியோம்
செய்வினை வந்தெமைத் தீண்டப் பெறாதிரு நீலகண்டம்"4
- (திருஞானசம்பந்தர் தேவாரம — பா.எ. 1249)

வினை வழியில் வரும் துன்பத்தை ஆண்டவன் அருளின் துணையாலும் அயர்விலா ஆள்வினையாலும் மாற்றமுடியும் என்னும் சைவநெறிக் கொள்கைக்கு உதாரணமாக இப்பாடல் விளங்குகிறது. விதியின் செயலால் குறை கூறுபவர்களைச் சீர்திருத்தம் செய்யும் பாடலாக இஃது அமைந்துள்ளது.

திருநாவுக்கரசர்

தேவாரம் பாடிச் சிறந்த மும்மணிகளில் ஒருமணி திருநாவுக்கரசர் ஆவார். உழவாரப்படை வைத்துக் கோயிலில் திருப்பணி செய்தவர். உலகில் வாழும் உயிர்கள் அனைத்தும் ஒன்றே; அவற்றுள் வேற்றுமை கிடையாது. இறைவனின் படைப்பில் தாழ்வுடையது எதுவும் இல்லை என்னும் குறிக்கோளோடு வாழ்ந்தவர். எல்லா இடங்களிலும் எல்லா மனிதரிலும் இறைவன் இருக்கின்றான் என்னும் கருத்துடையவர். இதனை,

" அங்க மெல்லாம் குறைந்து அழுகு தொழுநோயராய்
ஆவுரித்துத் தின்றுழலும் புலையரேனும்
கங்கைவார் சடைக்கரந் தார்க்கு அன்பராகில்
அவர் கண்டீர் யாம்வணங்கும் கடவுளாரே"5
- (திருநாவுக்கரசர் தேவாரம — பா.எ. 938)

என்ற பாடலின் வழி உடல் அழுகும் தொழுநோயை உடையவராக இருப்பினும், மாட்டை உரித்துத் தின்னும் புலையராய் இருப்பினும் அன்புடைய சிவனின் அடியவரானால், அவரும் யான் வணங்கும் தெய்வம் எனப் போற்றிய நெறி புலப்படுகிறது.

சாத்திரம், குலம், கோத்திரம், சம்பிரதாயம் எனச் சொல்லி மனித இனம் பாழ்பட்டுக் கிடக்கின்றது. உலகில் எந்தவுயிரும் தன்னினத்தில் வேறுபாடு காண்ப-

தில்லை. இதில் மனிதன் மட்டுமே விதிவிலக்கானவன். குலத்தில் உயர்வு, தாழ்வு கிடையாது என்னும் நிலைப்பாடு நாவுக்கரசர் பாடலில் வெளிப்பட்டுள்ளது. பிரிவி-னைகளால் மனித இனத்தைக் கூறுபடுத்துபவர்களைச் சழக்கர்கள் என்கிறார்.

" சாத்திரம் பலபேசும் சழக்கர்காள்
கோத்திரமும் குலமும் கொண்டு என் செய்வீர்"6
- (திருநாவுக்கரசர் தேவாரம் - பா.எ. 604)

மனிதப்பிறவியில் சாதிபேதங்கள் இல்லை. கோத்திரம், குலம் எனச் சொல்லி மனிதஇனம் அழிந்து கொண்டிருக்கும் நிலையைச் சாடுவதை இப்பாடல் குறிப்-பிட்டுள்ளது. இறைவழிபாடு மனிதநேயத்தன்மை கொண்டதாக விளங்கவேண்டும் என்பது தெளிவுபடுத்தப்பட்டுள்ளது.

ஒருமுறை திருநாவுக்கரசரும் திருஞானசம்பந்தரும் திருவீழிமிழலை என்ற ஊரில் தனித்தனி இடங்களில் தங்கியிருந்தனர். அவ்வூரில் பஞ்சம் ஏற்பட்டது. மக்-கள் உணவின்றித் தவித்தனர். பஞ்சத்தைத் தீர்க்க இருவரும் இறைவனிடம் காசு பெற்றனர். அப்பர் வாசில்லா காசு பெற்றதனால், உடனடியாக மக்களின் பசியை அவரால் தீர்க்க முடிந்தது. சம்பந்தர் வாசுள்ள காசினைப் பெற்றார். ஆதலால் மக்கள் துயரைத் தீர்க்க காலதாமதம் ஏற்பட்டது. சம்பந்தர் மீண்டும் இறைவனைப் பாடி வாசில்லா காசு பெற்றார். அந்நேரத்தில் சம்பந்தருக்கு ஒரு சந்தேகம் ஏற்பட்-டது. முதலில் ஏன் வாசில்லா காசினைத் தனக்கு அளிக்கவில்லை என இறை-வனிடம் கேட்டார். இறைவன் வானொலியால், இருவருமே இறைத்தொண்டு செய்-கிறீர்கள், இருவரும் பக்தியில் இணையற்றவர்கள். இருப்பினும், திருநாவுக்கரசர் இறைப்பணியோடு, மக்கள் பணியும் செய்கின்றார் அதன்பொருட்டு அவருக்கு வாசில்லா காசு அளிக்கப்பட்டது என்பதைத் தெரிவித்தார். இதன் வழி மக்களுக்-குச் செய்யும் தொண்டு; இறைவனுக்குச் செய்யும் தொண்டு என்பது புலனாகிறது. வெறுமனே இறைவனை மட்டும் வழிபடுவது உண்மையான வழிபாடு ஆகாதென்-பதை உணர முடிகிறது.

மெய்ப்பொருள் நாயனார்

சேதி நாட்டு மன்னராக விளங்கிப் புகழடைந்தவர் மெய்ப்பொருள் நாயனார். இவரைப் போரால் கொல்ல முடியாமல், வஞ்சத்தால் கொல்ல முத்தநாதன் என்-பவன் திட்டம் தீட்டினான். சிவபக்தராக விளங்கிய மெய்ப்பொருளாரின் பக்தியை தனக்குரிய வாய்ப்பாகக் கருதிய முத்தநாதன், சிவயோகி வடிவம் தாங்கி வந்து மறைபொருள் கூறுகிறேன் எனச்சொல்லி நாயனாரை தான் மறைத்து வைத்திருந்த ஆயுதத்தால் குத்தினான். அப்போது தத்தன் என்னும் மெய்க்காவலன் முத்தநாதன் செய்கையறிந்து கொல்ல முற்படுகையில், 'தத்தா நமர்' அவரைக் கொல்ல வேண்-டாம். சிவனடியவர் வேடம் தாங்கி வந்திருப்பதால் அவர் நம்மவரே. அவரைப் பாதுகாத்து ஊரின் புறத்தில் விட்டு வா எனக் கூறினார்.

" மறைத்து அவன் புகுந்த போதே மனம் அங்குவைத்த தத்தன்
இறைப் பொழுதின் கண்கூடி வாளினால் எறியல் உற்றான்
நிறைந்த செங்குருதி சோர வீழ்கின்றார் நீண்ட கையால்
தறைப்படும் அளவில் தத்தா நமர்எனத் தடுத்து வீழ்ந்தார்"7
    - (பெரியபுராணம் — பா.எ. 482)

மன்னவன் நிலை கேட்டு ஊரார் தாக்க முற்படுகையில், தத்தன் மன்னர் உத்-
தரவு, இவரை யாரும் எதுவும் செய்யக் கூடாது எனச் சொல்ல மக்கள் விலகினர்.
எதிரியைப் பாதுகாப்பாக விட்டு வந்தபின்;. ' இன்று எனக்கு ஐயன் செய்தது
யார் செய்ய வல்லார்' என மெய்ப்பொருளார் தத்தனைப் பார்த்துக் கூறி பின்னர்
தன்னைச் சுற்றியிருந்தவரிடம் கூறுவன கூறி சிவபதம் அடைந்தார். இக்கருத்து
உலகப்பொதுமறையாம் திருக்குறள் உணர்த்தும்,

" இன்னாசெய் தாரை ஒறுத்தல் அவர்நாண
நன்னயம் செய்து விடல்"8
    - (குறள்- 314)

தீமையைச் செய்தவர்கள் நாணும்படி நன்மை செய்ய வேண்டும் என்பதோடு
ஒப்புமையுடையதாய் அமைந்துள்ளது. இதன்வழி மெய்ப்பொருளாரின் பக்தியின்
உன்னதநிலையையும், தன்னுயிர் பறிக்க வந்தவனை பாதுகாத்ததையும் அறியமுடி-
கிறது. 'பகைவனுக்கு அருள்வாய் நன்னெஞ்சே' என்ற கூற்றின் நிலைப்பாட்டைத்
திறம்படத் தெரிந்துகொள்ள முடிகிறது.

திருஞானசம்பந்தவர் பிற சமயத்தவர்களிடம் அனல்வாதம், புனல்வாதம் நடத்-
திய செயல்களை சைவ இலக்கியங்கள் உணர்த்தியுள்ளன. அன்றைய காலத்தில்
சமயத்தின் செயல்பாடுகளால் ஒரு சமயத்தைச் சார்ந்தவர்கள் பிற சமயத்தைச்
சார்ந்தவர்களை உடலளவிலும் மனிதளவிலும் தண்டித்த, கண்டித்த நிலைகளையும்
சைவ இலக்கியங்களில் காணமுடிகிறது. இருப்பினும் குணமும் குற்றமும் நாடி
அதிலிருந்து மனிதனை நெறிப்படுத்தும் பாடல்களை மட்டும் ஆராய்ந்து இக்கட்-
டுரை உருவாக்கப்பட்டுள்ளது.

முடிவுரை

சமயமாவது மனிதனைப் பக்குவப்படுத்தும் மகத்துவமான பணியினை மேற்-
கொண்டு வருகிறது. பக்தியினைப் பற்றிய புரிதல் இல்லாத காரணத்தினால் மானிட
சமூகம் அல்லல்படுகிறது. உண்மையான இறைவழிபாடானது பிற உயிர்களிடம்
நாம் செலுத்தும் அன்பேயாகும். மேலும் மூடநம்பிக்கைகளை சமயம் ஒருபோதும்
அனுமதிப்பதில்லை. சமுதாயத்தொண்டு; சாமிக்குச் செய்யும் தொண்டு என்பதை-
யும் சீர்திருத்தம் செய்து நன்னெறிப்படுத்துவதே சைவசமயத்தின் நோக்கம் என்ப-
தையும் இக்கட்டுரை பறைசாற்றியுள்ளது.

தொகுப்புரை

சைவ சமய இலக்கியங்கள் மனிதனை தவறான வழியிலிருந்து விலக்கி சரி-யான நோக்கில் செல்லத் துணைபுரிகின்றன. மனிதனை சாதிவெறி, சமய வெறி என்ற பிடிகளிலிருந்து விடுவித்து நெறிப்படுத்துவதே சிறந்த இலக்கியங்களின் பணி என்பதை அறிய முடிகிறது. உயிர்களில் உயர்வு தாழ்வு கூடாது. பிறப்பினால் அனைவரும் ஒன்றானவர்களே என்ற கருத்தை சைவநெறி வலியுறுத்துகின்றது. சிவனாகிய தெய்வம் பரம்பொருளாக எல்லா உயிர்களிலும் எல்லாவிடங்களிலும் நீக்கமற நிறைந்திருக்கிறார் என்ற கருத்தை அடியவர்கள் உணர்ந்திருந்ததை அறி-யமுடிகிறது. சமயம் சச்சரவுக்கானது அல்ல. சமத்துவத்திற்கானது என்பதை சைவ-நெறி உலகிற்குத் தெள;ளிதின் உணர்த்துகின்றது. ஒரு சமயத்தைச் சார்ந்தவர்கள், மற்றொரு சமயத்தைச் சார்ந்தவர்களை வாதுக்கு அழைத்து தண்டித்த நிலைகள் இலக்கியங்களில் பதிவு செய்யப்பட்டிருந்தாலும் அவற்றை நீக்கி பொதுநோக்கத்தை மட்டும் கருதும் பாடுபொருள்களை இக்கட்டுரை வெளிக்காட்டியுள்ளது.

அடிக்குறிப்புகள்

1. பன்னிரு திருமுறைகள், (தொகுதி- 14), பேராசிரியர். புலவர் அ. மாணிக்-கனார்(உரையாசிரியர்), ப. எண்-165, ப. ஆ. - 2017, வர்த்தமானன் பதிப்பகம், 21, இராமகிருஷ்ணா தெரு, தியாகராய நகர், சென்னை - 600 017

2. மேலது, (தொகுதி- 16), ப. எண்-1082,

3. பன்னிரு திருமுறைகள், (தொகுதி- 4), வ. த. இராமசுப்பிரமணியம் (உரையாசிரியர்), ப. எண்- 643, ப. ஆ. - 2017, வர்த்தமானன் பதிப்பகம், 21, இராமகிருஷ்ணா தெரு, தியாகராய நகர், சென்னை - 600 017

4. மேலது, (தொகுதி- 2) , ப. எண்- 831

5. மேலது , (தொகுதி- 9), பக். எண் - 682- 683

6. மேலது , (தொகுதி- 8), ப. எண்- 380

7. பன்னிரு திருமுறைகள், (தொகுதி- 19), பேராசிரியர். புலவர் அ. மாணிக்-கனார்(உரையாசிரியர்), ப. எண்-272, ப. ஆ. - 2017, வர்த்தமானன் பதிப்பகம், 21, இராமகிருஷ்ணா தெரு, தியாகராய நகர், சென்னை - 600 017

8. திருக்குறள் - டாக்டர் மு. வரதராசனார் (உரையாசிரியர்), ப. எண் - 65, ப. ஆ. -2001, திருநெல்வேலி,தென்னிந்திய சைவ சித்தாந்த நூற்பதிப்புக் கழகம், லிட்.,154, டி.டி.கே.சாலை, சென்னை -600 018

11

செவ்விலக்கியங்களில் சீரிளம்பெண்மை

முன்னுரை

"மங்கையராய்ப் பிறப்பதற்கே மாதவம் செய்திடல் வேண்டுமம்மா" எனக் கவி-மணியால் சிறப்புடன் கூறப்பட்டு,காலங்காலமாய் கண்ணைக்காக்கும் இமைபோல, இல்லறத்தை நல்லறமாக நடாத்தும் பெண்மை போற்றத்தக்கது. போற்றுதற்குரிய பெண்மையை செவ்விலக்கியங்களின் வழி ஆராய்வதாக இக்கட்டுரை அமைகின்-றது.

அகமும் புறமும்

சங்ககால மக்களின் வாழ்வியலை அகம்,புறம் என இரண்டாகச் சான்றோர் பாகுபடுத்தினர். இதில் அகமாக அமைவது வீடு; புறமாக அமைவது நாடு எனக் கொள்ளலாம். காதலும் வீரமும் எனக் குறிப்பிடினும் சாலப் பொருந்தும். வீடு சிறந்தால் நாடு சிறக்கும் என்ற முதுமொழியை கூர்மதி கொண்டு காணும் போது, பெண்மை சிறந்தால் ஆண்மை சிறக்கும் என்பதை உணரலாம். ஆணும் பெண்-ணும் இரண்டறக் கலந்து, நன்மக்களைப் பெற்று, சுற்றந்தழுவி, அறம் பல செய்து வாழ்வதையே வாழ்க்கையின் குறிக்கோளாய்க் கருதி வாழ்ந்தனர்.

"ஆணுக்குப் பெண் இளைப்பில்லை"

"ஆணும் பெண்ணும் சரி நிகர் சமானம்"

என்பதைப் பாட்டுக்கொரு புலவன் பாரதி பாட்டால் அறியலாம். ஆணும் பெண்ணும் சமம் என்பதை சரி, நிகர்,சமானம் என்ற மூன்று வார்த்தைகளில் ஆணித்தரமாக பதிவேற்றிய நிலை மனங்கொளத்தக்கது.

மனை விளக்கு

ஒருவன் வாழ்க்கையில் எத்துணை அளவு உயர்ந்த இடத்தைப் பெறினும் மனைக்குத் தேவையான மனைவியைப் பெறாதவனாயின் அவன் வாழ்வு சிறப்படையாது. இருளை ஓடச் செய்யும் ஒளி பொருந்திய விளக்குப் போல மனைக்குரியவளாக மனைவி திகழ்கின்றாள்.

" மனைக்கு விளக்காகிய வாள்நுதல் கணவன்,
முனைக்கு வரம்பாகிய வென்வேல் நெடுந்தகை
நடுகல் பிறங்கிய உவல்இடு••••••"
(புறம்)

" மனைக்கு விளக்கம் மடவார் மடவார்
தமக்குத் தகைசால் புதல்வர் மனக்கினிய
காதல் புதல்வர்க்குக் கல்வியே•••..."
(நான்மணிக்கடிகை)

மேற்கூறிய பாடல்கள் வீட்டிற்குத் தேவையானவள் மனைவி என்பதைப் பெருமையுடன் கூறியுள்ளன. மனைவி இருந்தால்தான் அது மனை என்பதை செவ்விலக்கியங்கள் செம்மையாக உணர்த்தியுள்ளன.

"தாயோடு அறுசுவைபோம் தந்தையொடு கல்விபோம்
•••.
பொன்தாலியோடு எல்லாம் போம்."
(தனிப்பாடல் திரட்டு)

பாங்குடன் உணவு ஊட்டும் தாய் மறைந்ததும் அறுசுவை உணவு கிடைப்பது அரிதாகிவிடும், தந்தை மறைந்ததும் கல்விப்பயிற்சி இல்லாமல் போய்விடும், ஒருவன் பெற்ற செல்வம் பிள்ளைச் செல்வம் இல்லையாயின் நிலைபெறாது அழிந்து விடும், சிறப்பாக வாழும் வாழ்க்கை உறவுகள் இல்லாத போது விலகிவிடும், உடன் பிறந்தவர்கள் இல்லாத போது தோள்வலிமை இல்லாமல் போய்விடும், இவையனைத்தையும் விட மனைவி இறந்தால் எல்லாமே போய்விடும். இப்பாடலின் வழி தாய் முதலியோர் நீங்கின் ஒவ்வொரு நன்மைதான் நீங்கும், ஆனால் மனைவி இறப்பின் எல்லா நலங்களும் நீங்கும் என்னும் நிலைப்பாடு வெளிப்பட்டுள்ளது.

புறநானூற்றில் இடம்பெறும் பாடலொன்றில், புலவர் பிசிராந்தையார் ஆண்டுகள் பலவானாலும் தான் இளமையோடு வாழ்வதற்கான காரணத்தைப் பின்வருமாறு கூறியுள்ளார்.

" யாண்டு பலவாக நரையில வாகுதல்
யாங்கா கியரென வினவுதி ராயின்
மாண்டள்ன் மனைவியொடு மக்களும் நிரம்பினர்
•••."
(புறம்)

தன் வாழ்வு செம்மையாக அமைவதற்கு மாட்சிமை மிகுந்த மனைவி, அறிவு நிரம்பிய மக்கள்;;;,சிறந்த ஏவலாளர்,அறத்தோடு ஆட்சி செய்யும் அரசன்.............. எனப் பல காரணங்களைக் கூறியுள்ளார். ஆனால் எல்-லாவற்றிலும் முதன்மையாக அமைந்தது மாட்சிமையுடைய மனைவி எனப் புலவர் தெளிவுபடுத்தியுள்ள திறம் பெண்ணின் பெருமையைப் பறைசாற்றுவதாக அமைந்-துள்ளது.

தனக்கென வாழாது கணவன், பிள்ளைகள் என வாழும் பெண்மை மானிட சக்தியில் தனிப்பெறும் சக்தியாக விளங்குகிறது. பெண்ணின் பெருமை எனும் நூலில் " அடக்கம், பொறுமை, தியாகம், பரநலம், இரக்கம், அழகு, ஒப்புரவு, தொண்டு முதலியன அமைந்த ஒன்று பெண்மை எனப்படும்." என்ற திரு.வி.கல்-யாணசுந்தரனாரின் கூற்று பெண்மைச் சக்திக்கு வலுசேர்க்கிறது. கட்டுக் கோப்பான ஆளுமைத் தன்மையுடன் முழுமனதோடு செயலாற்றும் பெண்ணின் திறம் அளவிட முடியாது.

பெண்ணறமே இல்லறம்

வினைசெய்து பொருள் பெற்று இல்லத்திற்குத் தரும் கடமை ஆணிற்கு உண்டு. பொருளை வரவிற்கேற்ற முறையில் பயன்படுத்தி இல்லத்தைக் காக்கும் பொறுப்புணர்ச்சி இல்லாளாகிய மனைவிக்கே உண்டு. இல்லத்தை முழுமையாக ஆளும் தன்மை கொண்டவள் பெண் என்னும் கருத்தை ஒளவையார் தன் பாட-லில் பதிவு செய்துள்ளார்.

" இல்லாள் அகத்திருக்க இல்லாத தொன்றில்லை
இல்லாளும் இல்லாளே யாமாயின்------------------
(வாக்குண்டாம்)

வீட்டில் மனைவியிருக்கும்போது எப்பொருள் இல்லையாயினும் இருப்பதாகவே உணர்வு அமையும். மனைவி இல்லாத நிலையில் எல்லாப் பொருள்களும் இருந்-தாலும் இல்லாததாகிவிடும் என்ற ஒளவையாரின் பாடல் கருத்து மனங்கொள்ளத்-தக்கது.

" தையலை உயர்வு செய்"
(புதிய ஆத்திச்சூடி)

மேற்கண்ட அடியின் வாயிலாக பெண்ணை உயர்வுபடுத்த வேண்டுமென பார-தியார் குறிப்பிட்டுள்ளார்.

உடம்பின்றி உயிர் இயங்க முடியாது, அதே போன்று உயிரின்றி உடல் இயங்க இயலாது. இக்கூற்றை வள்ளுவப் பெருந்தகை வாழ்வியலோடு பொருத்திக் கூறி-யுள்ளார்.

" உடம்பொடு உயிரிடை யென்ன மற்றன்ன
மடந்தையோடு எம்மிடை நட்பு"

(குறள்)

ஓர் ஆண் பெண்ணோடு கொள்ளும் நட்பானது , உடல் உயிரோடு கொள்ளும் நட்பு எனும் குறட்பாவின் வழி பெண்ணை ஆணின் உயிரெனக் கருதிய உளப்-பாங்கினை உணர முடிகின்றது.

" நீறு இல்லா நெற்றி பாழ் நெய் இல்லா உண்டி பாழ்
ஆறு இல்லா ஊருக்கு அழகுபாழ் பாழே மாறில்
உடன் பிறப்பு இல்லா உடம்பு பாழ் பாழே
மடக்கொடி இல்லா மனை "

(நல்வழி)

திருநீறு அணியாத நெற்றியும், நெய்யில்லாத உணவும், நதியில்லா ஊரும், உடன்பிறப்பு இல்லாத பிறப்பும், மனைவி இல்லாத வீடும் சிறப்படையாது என்னும் கருத்தில் அமைந்துள்ள பாடலின் மூலம் மனைவியெனும் மடந்தையின் மாண்பை உணரலாம்.

" அவனியிலே ஒருவனுக்கு மனைவி யின்றேல்
அவனடையும் தீமையை யார் அறியக்கூடும்?
●●●●●●●●●●●●●●●●●●●●●●●●●●●●●●●●●●●●●●●..
நானிலத்தில் மார்தட்டும் ஆட வர்கள்
சுவைவாழ்விற் கடைத்தேறத் தக்க தான
சூட்சமும் பெண்களிடம் அமைந்த தன்றோ!"

(பாவேந்தர் பாரதிதாசன்)

உலகத்தில் ஒருவனுக்கு மனைவியில்லாமல் போனால் , அவனடையும் தீமையை யாரும் அறியமாட்டார்கள். ஆண்களுக்கு ஏற்படும் துன்பங்களை விலக்-குபவர்கள் பெண்கள். நல்ல வாழ்க்கையினை ஆண்கள் வாழ்வதற்கான சூட்சமம் பெண்களிடம் அமைந்துள்ளதாகப் பாவேந்தர் பாரதிதாசன் பாடியுள்ளார்.

பதர் வாழ்க்கை

தன் மனைவியைத் தாய்வீட்டுக்கு அனுப்பிவிட்டுப் பிறகு அவளைத் திரும்பிப் பாராதவன் பதராவான். அதேபோல், தன் மனைவியை வீட்டிலே வைத்துவிட்டு, பிறருடைய மனைவியை நாடி அடுத்தவர் வீட்டிற்குச் செல்லும் அறிவில்லாதவனும் பதரே எனப் பின்வரும் பாடல்கள் உணர்த்துகின்றன.

" தன் மனையாளைத் தாய்மனைக்கு அகற்றிப்
பின்பு அவள் பாராப் பேதையும் பதரே"

" தன் மனையாளைத் தனிமனை இருத்திப்
பிறர் மனைக்கு ஏகும் பேதையும் பதரே"

(வெற்றி வேற்கை)

மனைவியைப் பிரிந்து, அவள் வருந்த வாழ்பவன் எக்காலத்திலும் நன்னிலை எய்த முடியாது என்பதை பதர் என்ற உவமையின் வாயிலாக விளக்கியுள்ளதை உணரமுடிகின்றது.

" வாழாமல் பெண்ணை வைத்துத் திரிய வேண்டாம்
மனையாளைக் குற்றம் ஒன்றும் சொல்லவேண்டாம் "
(உலகநீதி)

மனைவியோடு கூடிவாழும் வாழ்க்கையே வளமான வாழ்க்கை. அவ்வாறு கூடி வாழாமல் பிற பெண்களை விரும்பி, தன் மனைவியின் மீது குற்றம் சுமத்தி வாழக்-கூடாது எனச் சான்றோர் குறிப்பிட்டுள்ள திறம் ஏற்றுக்கொள்ளக்கூடியது ஆகும்.

மக்கட்பேணல்

இல்லறவாழ்வில் இனிமையை உருவாக்கும் தன்மை பெண்களுக்கே உண்டு. படைப்பின் வாயிலாக உயிர்களைத் தோற்றுவிக்கும் இறைவன் தொழிலைப் பெண்ணினம் மேற்கொண்டு வருதல் கண்கூடு. ஒருவருக்கு வாழ்க்கையில் எவ்வ-ளவு செல்வங்கள் இருப்பினும், அஃது உண்மையான செல்வங்கள் ஆகா. பிள்ளைச் செல்வமே பெறற்கரிய செல்வம். இச்செல்வத்தை உருவாக்கித்தரும் தனித்தன்மை பெண்ணினத்திற்கே உண்டு.

"ஈன்று புறந்தருதல் என்தலைக் கடனே"
(புறம்)

என்ற புலவர் பொன்முடியாரின் பாடல் பிள்ளையைப் பெற்றுத்தருதல் பெண்-ணின் கடன் எனக் குறிப்பிட்டுள்ளது.

" அமிழ்தினும் ஆற்ற இனிதேதம் மக்கள்
சிறுகை அளாவிய கூழ் "
(குறள்)

தம்முடைய மக்களின் சிறுகைகளால் அளாவப்பெற்ற உணவு, பெற்றோர்க்கு அமிழ்த்தை விட இனிமையுடையதாகும். இத்தகைய பிள்ளைப்பேறு பெண்மையின் அடையாளமாக விளங்குகிறது. நம்நாட்டில் வறுமையும் வளமையும் ஒருங்கே இருந்தன. இருப்பினும் பொருட்செல்வம் பணக்காரனுக்கு வாய்க்கிறது, பிள்ளைச்-செல்வம் ஏழைக்கு வாய்க்கிறது.

புலவர் பெருஞ்சித்திரனாரின் மனைவி பிள்ளைகளுக்கு உணவிட முடியாமல் வருந்துகிறாள். வறுமையால் வாடிய புலவர் குமணனைச் சந்திக்கச் செல்கி-றார்.குமணனிடம் வறுமையை எடுத்துக்கூறி பரிசில்பெற விழைகிறார்.அப்பாட்டில் பிள்ளைகளைப் பேண ஒருதாய் எவ்விதம் பரிதவிக்கிறாள் என்பது வெளிப்பட்டுள்-ளது.

"புல்லுளைக் குடுமிப் புதல்வன்,பன்மாண்
பாலில் வறுமுலை சுவைத்தனன், பெறாஅன்,

கூழும் சோறும் கடை இ,ஊழின்
உள்ளில் வருங்கலம் திறந்து, அழக்கண்டு,
மறப்புலி உரைத்தும், மதியங்காட்டியும்,
நொந்தனள் ஆகி....................."
(புறம்)

வறுமையால் தாயின் மார்பகம் வற்றியது. அறியாப்பிள்ளை சோற்றுக்காக அலைந்தது, சோறும் இல்லை. இந்நிலையில் குழந்தை பசியால் அழுதது. அழு-கையை மாற்ற எவ்வளவோ முயற்சி செய்தும் எதுவும் பலனளிக்கவில்லை. இறுதி முயற்சியாக மறப்புலி பற்றிக்கூறியும், நிலவைக்காட்டியும் பார்த்தாள். இம்முயற்சி-யும் தோல்வி. உன் தந்தை வந்தால் எப்படி கோபம் கொள்வாய் காட்டு என்கிறாள் தாய். வறுமையில் பிள்ளையின் பசியைப்போக்க ஒரு தாய் துயர்படும் நிலையை மேற்கண்ட பாடல் விளக்கியுள்ளது.

முடிவுரை

பெண்மை என்னும் பெரும்பேறு உலகிற்கு நல்வழி காட்டும் நற்பேறு என்னும் நற்செய்திகளை இக்கட்டுரை ஆராய்ந்துள்ளது. செவ்விலக்கியங்கள் பெண்களின் பெருமைகளைப் பாடியுள்ள திறத்தின் வழி பெண்மையின் உன்னதத்தை உணர-லாம்.

12

தொல்லியல் காட்டும் இலக்கியங்கள்

உலகில் முதன் முதலில் மனித இனம் தோன்றிய பெருமை தமிழகத்திற்கு உண்டு. தமிழ்நாட்டின் தெற்கிலுள்ள இந்துப் பெருங்கடலில் மிகப்பெரிய நிலப்பரப்பு ஒன்று இருந்ததெனப் புவியியல் வல்லுநர்கள் கருதுகின்றனர். அப்பகுதியே இலெமூரி-யாக்கண்டம் எனவும் மனித நாகரிகத்தின் தொட்டில் எனவும் அழைக்கப்படுகிறது. இத்தகைய தொன்மைச்சிறப்பும் சீர்த்த நாகரிகமும் கொண்ட பகுதியாக பழந-மிழகம் விளங்கியிருப்பதை இலக்கியச் சான்றுகள் தெள;ளிதின் உணர்த்துகின்றன. கற்காலம் முதலாக தற்காலம் ஈறாக அளவிடமுடியாத ஆவணங்கள் பண்டைய தமிழகத்தின் மாட்சிமையைப் பறைசாற்றி வருகின்றன. கடல்கோளால் தமிழகம் பாதிக்கப்பட்டிருந்தாலும் பாரம்பரியத்தின் அடையாளங்கள் தொல்லியல் ஆய்வுகள் மூலமாக வெளிப்பட்டு வருவதைக் கண்கூடாகக் காணமுடிகிறது.

தொல்லியலும் தொன்மைத்தமிழகம்

தொன்மையான காலத்தில் வாழ்ந்த மக்களின் வாழ்க்கைமுறை, வணிகம், வேளாண்மை, அரசியல் போன்றவற்றை அவர்கள் விட்டுச்சென்ற எச்சங்களான கல்வெட்டுகள், கட்டடங்கள், காசுகள், செப்பேடுகள், ஓலைச்சுவடிகள் அடிப்படை-யில் ஆராய்ந்தறிதிலே தொல்லியல் என்றழைக்கப்படுகிறது. பண்டைக்கால மக்-களின் வாழ்வியலை வெளிக்காட்டுவதில் தொல்லியல் ஆராய்ச்சி இன்றியமை-யாத இடத்தைப் பெறுகிறது. அதைப்போன்றே இலக்கியங்களும் இலக்கணங்களும் பழமையின் வேரினை வெளிக்காட்டுகின்றன.

" பொய்யகல நாளும் புகழ்விளைத்தல் என்வியப்பாம்
வையகம் போர்த்த வயங்கொலிநீர்- கையகலக்
கற்றோன்றி மண்தோன்றாக் காலத்தே வாளோடு

முற்றோன்றி மூத்த குடி ”
- (புறப்பொருள் வெண்பாமாலை)

பண்டைக்காலத்தில் இந்நிலவுலகம் முழுவதும் நீரால் சூழப்பட்டிருந்தது. பின்னர் ஆரவாரிக்கும் கடலின் ஒரு பகுதியில் நீர் குறைந்து முதன்முதலாக இந்நிலவுலகத்தின் ஒரு பகுதியாகிய குறிஞ்சி நிலம் தோன்றி, மருதம் முதலிய ஏனைய நிலங்கள் தோன்றாத பழைய காலத்திலேயே எல்லாக் குடியினும் முற்பட வாளோடு தோன்றிய மறக்குடியாக தமிழகம் திகழ்ந்ததை, "வாங்குவில் தடக்கை வானவர் மருமான் ஐயனாரிதன்” புறப்பொருள் வெண்பா மாலையில் சுட்டியதை அறியமுடிகிறது. சேரமன்னர் மரபில் தோன்றிய ஐயனாரிதனின் மேற்கண்ட கருத்து தொல்லியல் பார்வையின் அடித்தளம் எனக்கூறின் சாலப் பொருந்தும். தொல்லியல் ஆய்வுகளில் கிடைத்த கல்வெட்டுகள், நடுகற்கள் ஆகியவற்றில் வீரத்தை வெளிப்படுத்தும் போர் நிகழ்வுகள் குறித்த செய்திகள், சிற்பங்கள் இடம்பெற்றிருப்பதை ஆய்வாளர்கள் விளக்கியுள்ளனர். புறத்தார்க்குச் சொல்லக் கூடிய வீரம், கொடை, கோயில் பற்றிய செய்திகள் அதிக அளவில் இடம் பெற்றுள்ளன. அகச்செய்திகள் குறைவாகவே உள்ளன. அகப்பாடல்கள் சிலவற்றிலும் மறச்செயல்பாடுகள் குறிப்பிடப்பட்டுள்ளன.

குறிஞ்சி நிலத்தில் தோன்றிய ஆதித்தமிழன் படிப்படியாகப் பேசவும் எழுதவும் கற்றுக் கொண்டான். அவனுடைய சொற்கள் காலப்போக்கில் பேச்சு மொழியாகிய ஒலி வடிவாகவும், அவன் பாறைகளிலும் மலைகளிலும் எழுதிய சொற்கள் வரிவடிவாகவும் விளங்கின. அவன் மலையில் விலங்குகளுடன் போராடிய செயல்கள் பாறைகளில் ஓவியங்களாகத் தீட்டப்பட்டும், கற்களில் சிலையாகச் செதுக்கப்பட்டும் இருந்ததை அறிய முடிகிறது. தொல்லியலின் தொடக்கம் மலையிலிருந்து தொடங்குவதை இதன் வழி அறிலாம்.

நடுகற்கள்

நடுகற்கள் என்பவை இறந்தவர்களுக்காக உருவானவை ஆகும். போரில் இறந்த வீரர்களுக்கு மட்டுமின்றி விலங்குகளுடன் போரிட்டு மடிந்தவர்கள், இன்னபிற காரணங்களுக்காக மடிந்தவர்கள் ஆகியோருக்கும் நடுகல் எடுக்கும் வழக்கம் இருந்திருக்கிறது. " இது, வெற்றியான் மேம்பட்டுத் துறக்கம்புக்க பெருவீரர் பெயரையும் அவர்கள் ஆங்காங்குப் புரிந்த போர்ச்செயல்களையும் ஒரு நெடுங்கல்லில் எழுதி அதனை நாட்டி அதில் அவர்களின் உருச்செய்து மாலை, பீலி முதலிய புனைந்து வழிபடுதல் தமிழ்நாட்டுப் பழைய வழக்கமானது." (அபிதான சிந்தாமணி)

இறந்தவரின் உருவம் நடுகல்லில் செதுக்கப்பட்டிருக்கும். இறப்பு நிகழ்ந்த விதம் காட்சிப்படுத்தப்பட்டிருக்கும். இறந்தவர்களை தெய்வமாக நினைத்து வழிபடும் வழக்கம் இந்நடுகல் மரபிலிருந்து தொடங்கியது. ஆண்களுக்கு நடுகல் எடுத்து

வழிபாடு மேற்கொண்டதைப் போன்று பெண்களுக்கும் நடுகல் வழிபாடு இருந்-
திருக்கிறது. கண்ணகிக்கு சேரன் செங்குட்டுவன் கல்லெடுத்து வழிபட்டதை பத்-
தினிக்கல் என்பர். கணவன் இறந்தபின் அவன் உடலோடு சேர்ந்து உடன்கட்-
டையேறி இறந்த பெண்ணுக்கான நடுகல்லை சதிக்கல் (அ) தீப்பாய்ந்தாள் கல்
என்பர். இன்றும் கிராமங்களில் நடுகல் மரபு பின்பற்றப்படுகிறது. கருவுற்ற பெண்
இறந்து விட்டால் அவள் நினைவாக சுமைதாங்கிக்கல் நடும் வழக்கம் இருந்து
வருகிறது. பயணம் வருவோர், போவோர் சுமைகொண்டு வந்தால் இக்கல்லின்
மேல் இறக்கிவைத்து சற்று ஓய்வெடுத்துச் செல்வர். மேலும் அந்தப்பெண் உயிரு-
டன் இருந்திருந்தால் என்று பிரசவமாகும் என்பதைக் கருத்தில் கொண்டு சுமை-
தாங்கிக்கல்லின் மேற்புறக்கல்லை கீழே சிறிது காலம் எடுத்து வைத்தல் வழக்கம்
இருந்து வருகிறது. பின்னர் அக்கல்லை மேலெடுத்துப் பொருத்தி விடுவர்.

சங்க இலக்கியப் பாடல்களில் நடுகல் அக்காலத்தில் நடப்பட்டதற்கான குறிப்-
புகள் காணப்படுகின்றன. தொல்காப்பியத்தில் நடுகல் நடுவதற்கு முன் அக்கல்-
லுக்குச் செய்யப்படும் சடங்குகள் குறித்துக் கூறப்பட்டுள்ளன. ஆநிரை கவர்தல்,
மீட்டல் போன்ற போர்களி;ல் விழுப்புண் பட்டு மாண்ட வீரர்களுக்கு நடுகல் எடுக்-
கும் வழக்கம் இருந்ததை அறியமுடிகிறது.

" காட்சி கால்கோள் நீர்ப்படை நடுகல்

சீர்த்தகு சிறப்பின் பெரும்படை வாழ்த்தல் என்று

இருமூன்று வகையில் கல்லொடு புணர..."

(தொல்காப்பியம்- புறத்திணையியல்)

இறந்த பெருவீரனுக்குக் கல்லெடுக்க முதலில் கல் தேர்ந்தெடுத்தல், கல்லை
நடுவதற்கு முன்பாக செய்ய வேண்டிய யாவையும் செய்தல், கல்லுக்குப் புனித
நீராட்டுதல், தக்க இடத்தில் நடுதல், படையலிடுதல், வாழ்த்தி வணங்குதல் என்ற
ஆறு நிகழ்வுகள் வெட்சித்திணை சார்ந்து நடைபெறுவன எனத் தொல்காப்பியர்
குறிப்பிட்டுள்ளார். எனினும், மற்ற திணைகளிலும், இன்னபிற குறிப்பிடத்தக்க சில
காரணங்களுக்காக உயிர் கொடுத்தவர்களுக்கும் நடுகல் நட்டு வழிபாடு நடந்துள்-
ளதை தொல்லியல் ஆய்வுகள் குறிப்பிட்டுள்ளன.

" ஆனா வென்றி அமரில் வீழ்ந்தோர்க்குக்

கானம் நீளிடைக் கற்கண் டன்று"

(புறப்பொருள் வெண்பாமாலை- பொதுவியற் படலம்)

போரிலே பட்ட வீரனுக்குக் காட்டிலே நல்ல கல்லை ஆராய்ந்து கண்டது கற்-
காண்டல் என்னும் துறையாகச் சொல்லப்பட்டுள்ளது. கல்லைக் கொண்டு வந்-
தது கற்கோள் நிலையாகவும், கல்லினை நீராட்டுதல் கல்நீர்ப்படுத்தல் என்றும்,
கல்லினை ஒரிடத்தைத் தேர்வு செய்து நடுவதற்கு கல்நடுதல் என்றும் கல்லினை
வாழ்த்துதல் கல்முறைப்பழிச்சல் என்றும், கோயிலெடுத்து கல்லினை அதனுள்

கொண்டு சென்று புகுந்ததை இற்கொண்டுபுகுதல் என்றும் புறப்பொருள் வெண்பா-
மாலை விளக்கியுள்ளது.

புறப்பொருள் கூறும் புறநானூற்றில் சில பாடல்களில் நடுகல் வழிபாடு மேற்-
கொண்ட செய்திகள் இடம்பெற்றுள்ளன.

" பாடுநர்க்கு ஈத்த பல்புக ழன்னே;

....

நனந்தலை உலகம் அரந்தை தூங்கக்

கெடுவில் நல்லிசை சூடி

நடுகல் ஆயினன் புரவலன் எனவே."

(புறநானூறு- 221)

புகழுடைய மன்னனாக விளங்கியவன் சோழன் கோப்பெருஞ்சோழன். பாடி
வந்தவர்க்குக் கொடுத்த பெரும்புகழினை உடையவன். செங்கோல் முறையோடு
அரசாட்சி செய்து, சான்றோரிடமும் நட்பினையுடையவனாக இருந்தவன். இன்று
நடுகல் ஆயினனே எனப் புலவர் பொத்தியார் பாடுவதாகப் பாடல் அமைந்துள்-
ளது. சோழன் போரிலே விழுப்புண் பட்டு இறக்கவில்லை. மானத்திற்காக வடக்-
கிருந்து உயிர் விட்டான். வீரமரணமேயன்றி இவ்விதம் இறந்தவர்களுக்கும் நடுகல்
வழிபாடு நிகழ்ந்ததை அறியமுடிகிறது.

அகப்பாடல்கள் சிலவற்றிலும் நடுகல் செய்தி இடம் பெற்றுள்ளது. அகநானூறு
பாடலொன்றில் பாலை நிலப் பகுதிகளில் நடந்த போரில் இறந்து போன வீரர்-
களுக்கு நடுகல் வழிபாடு செய்யப்பட்டுள்ள செய்தி இடம் பெற்றுள்ளது. மேலும்
பாலை நிலத்தின் வழிச் செல்வோர் இந்நடுகற்களை வணங்கிச் செல்வர் என்ற
குறிப்பும் காணப்படுகின்றது.

" ஈன்று புறந்தந்த எம்மும் உள்ளாள்

....

வில்ஏர் வாழ்க்கை விழுத்தொடை மறவர்

வல்ஆண் பதுக்கைக் கடவுட் பேண்மார்

நடுகல் பீலி சூட்டி...."

(அகநானூறு- 35)

நடுகல்லில் வீரனின் ஓவியம் வரையப்பட்டிருக்கும் (அ) உருவம் சிற்பமாகச்
செதுக்கப்பட்டிருக்கும். அத்தகைய நடுகல்லுக்கு கள் வைத்துப் படைக்கப்படும்.
இன்றும் நாம் இறந்தவர்களுக்குப் படையலிடும் போது அவர்களுக்குப் பிடித்த-
மானதை வைத்துப் படைக்கிறோம். மேலும் சமாதி கட்டுகிறோம். இஃது நடுகல்
வழிபாட்டின் எச்சம் எனக் கூறின் பொருந்தும்.

அகநானூறு, புறநானூறு, ஐங்குறுநூறு, கூத்தராற்றுப்படை, பட்டினப்பாலை,
திருக்குறள், சிலப்பதிகாரம் ஆகிய நூல்களில் நடுகல் செய்திகள் காணப்படு-

கின்றன.

" என்ஜமுன் நில்லன்மின் தெவ்விர்! பலர்என்ஜ

முன்நின்று கல்நின் றவர்"

- (திருக்குறள்- 771)

படைச்செருக்கு என்னும் அதிகாரத்தில் மேற்கண்ட குறட்பா இடம் பெற்றுள்-ளது. தலைவனை எதிர்த்து நின்றவர்கள் பலர் மடிந்து கல்லாய் நிற்கின்றனர் என்-னும் செய்தி நடுகல் செய்தியோடு தொடர்புடையதாக அமைந்திருக்கிறது.

முதுமக்கள் தாழி

முற்காலத்தில் இறந்தவரைத் தாழியில் இட்டுப் புதைக்கும் வழக்கம் இருந்தது. அவ்வாறு தாழியில் இடும் போது அவர்கள் பயன்படுத்திய பொருள்களையும் சேர்த்துப் புதைக்கும் வழக்கம் இருந்தது. இவ்வகைத் தாழிகளை முதுமக்கள் தாழி-கள் என்பர். ஆதிச்சநல்லூர், கொடுமணல் போன்ற இடங்களில் மேற்கொள்ளப்-பட்ட அகழாய்வுகளில் ஏராளமான தாழிகள் கண்டுபிடிக்கப்பட்டன. மேலும் வசதி படைத்தவர்கள், சான்றோர்கள் இறந்தால் மட்டும் தாழிகளில் இட்டுப் புதைப்பதா-கவும் கூறப்படுகிறது. இக்காலத்தில் இறந்தவரை நேரடியாக மண்ணில் புதைக்கும் வழக்கம் இருந்து வருகிறது.

மூவருலா என்னும் சிற்றிலக்கிய நூலில் இடம் பெற்றுள்ள விக்கிரமசோழனு-லாவில் முதுமக்கள் தாழி பற்றிய செய்தி அமைந்துள்ளது.

" ஓடி மறலி ஒளிப்ப முதுமக்கள்

சாடி வகுத்த தராபதியும்..."

- (விக்கிரம சோழனுலா)

விக்கிரமசோழனின் பெருமை கூறவந்த ஒட்டக்கூத்தர், பகைவர்களுக்கு அஞ்சி ஓடி இயமன் ஒளிந்து கொள்ள அந்தப் பகைவர்களைக் கண்டு அஞ்சாது வென்று முதுமக்கள் சாடியும் அடைந்து, இயமனின் அச்சத்தைப் போக்கிய சுரகுரு சோழன் தோன்றினான். என விக்கிரம சோழனின் முன்னோனைப் பற்றிக் கூறும் போது முதுமக்கள் சாடி குறித்து கூறியுள்ளது நோக்கத்தக்கதாகும்.

புறநானூற்றில் முதுமக்கள் தாழி பற்றியும் தாழியினுள் பிணத்தை இட்டுக் கவிழ்த்துப் புதைக்கும் வழக்கம் இருந்ததையும் அறிய முடிகிறது.

" கவிசெந் தாழிக் குவிபுறத்து இருந்த..."

- (புறநானூறு - 238)

இப்பாடலில் முதுமக்கள் தாழி, "கவி செந்தாழி" எனக் கூறப்பட்டுள்ளது. மேலும் மற்றொரு பாடலொன்றில் ஈமத்தாழி எனவும் கூறப்பட்டுள்ளது.

பிண்டமிடுதல்

முன்னோர்கள் இறந்தால் அவர்களுக்குப் பிண்டமிடுதல் என்னும் பிதுர்க்கடன் வழிபாடு அக்காலத்திலேயே இருந்துள்ளது. வேள் எவ்வி என்னும் மன்னன் இறந்-

தபோது அவன் காதலி பிடியானையின் காலடி போன்ற சிறிய இடத்தினை மெழுகி, இனிய சிறு பண்டத்தைப் புல்பரப்பி அதன்மேல் வைத்துள்ளனளே! பலரோடு கலந்துண்ணும் வழக்கம் கொண்ட எவ்வி எவ்விதம் இதனை உண்பான் என்ற கருத்தைக் கொண்டதாகப் பின்வரும் பாடல் அமைந்துள்ளது.

" நோகோ யானே? தேய்கமா காலை

....

இன்சிறு பிண்டம் யாங்குஉண் டனன்கொல்..."

- (புறநானூறு- 234)

இறந்தவர்க்குப் பிண்டமிடும் வழக்கம் இருந்ததை மேற்கண்ட பாடலின் வாயி- லாக அறியமுடிகிறது. உதியன் சேரலாதன் என்னும் மன்னன் இறந்த முன்னோ- ருக்கு பெருஞ்சோறு அளித்தான் என்னும் செய்தி அகநானூற்றுப் பாடல் ஒன்றில் இடம்பெற்றுள்ளது.

" அலமரல் மழைக்கண் மல்குபனி வார, நின்

.... உதியஞ் சேரல்

பெருஞ்சோறு கொடுத்த ஞான்றை..."

- (அகநானூறு- 233)

முன்னோர்க்குப் பிதுர்க்கடன் என்னும் பெருஞ்சோறு அளித்ததன் அடிப்படை- யில் உதியனுக்கு பெருஞ்சோற;;று உதியன் சேரலாதன் என்னும் சிறப்புப் பெயர் எழுந்தது. புறநானூற்றிலும் உதியன் பெருஞ்சோற்று வழங்கியது கூறப்பட்டுள்ளது.

முடிவுரை

உலகில் வாழும் உயிரினங்களுள் தலைசிறந்ததாகக் கூறப்படும் மனித இனத்- தின் தோற்றம் தமிழகத்தில் நிகழ்ந்ததையும், பண்பாட்டிலும் இன்ன பிற செயல்- பாடுகளிலும் தொன்மை வாய்ந்த நிலமாக தமிழகம் விளங்கியுள்ளதையும் இக்- கட்டுரை இலக்கியங்களின் துணைகொண்டு ஆராய்ந்து விளக்கியுள்ளது. தொல்- லியலின் கூறுகளான நடுகற்கள் வழிபாடு, பிண்டமளித்தல் உள்ளிட்ட மரபுகள் இன்றும் ஏதேனும் ஒருவகையில் பின்பற்றப்பட்டு வருவதை அறிய முடிகிறது. இன்னும் பழமையான இலக்கியங்களை ஆராய்ந்து, அகழாய்வுகளை மேற்கொண்- டால் தமிழும் தமிழ்நாடும் சிறப்படையும் என்பதை இக்கட்டுரை வலியுறுத்துகிறது.

குறிப்புதவி நூல்கள்

1. புறப்பொருள் வெண்பாமாலை- பொ. வே. சோமசுந்தரனார் உரை

2. அபிதான சிந்தாமணி- ஆ. சிங்காரவேலு முதலியார்

3. தொல்காப்பியம்- தமிழண்ணல் உரை

4. புறநானூறு- புலியூர்க்கேசிகன் உரை

5. அகநானூறு- ச. வே. சுப்பிரமணியன் உரை

6. திருக்குறள்- மு. வரதராசனார் உரை

7. மூவருலா- துரை. இராசாராம் உரை